ያለደራሲው ፈቃድ መልሶ ማሳተም በሕግ የተከለከለ ነው።

All Rights reserved

© አማረ ተግባሩ በየነ (ዶ/ር)

ISBN 91-972789-0-4

አድዋ

የደራሲው ቀደምት ስራዎች፡-

- ያንዲት ምድር ልጆች፣
- ኃይሌ ፊዳ እና የግሌ ትዝታ

የመጀመሪያ ዕትም ታህሳስ 2012 ዓ.ም.

አሳታሚ፡- አብርሆት ለኢትዮጵያ አሳታሚ

E-mail- ethiocolour@gmail.com

የሽፋን ሥዕል፡- በፕሮፌሰር አቻምየለህ አምዴ ደበላ

ዲዛይን፡- አበበ ወርቁ

E-mail- abebewgs2016@gmail.com

አድዋ

ከዋዜማሽ እስከድል ቀንሽ

አማረ ተግባሩ በየነ (ዶ/ር)

አዲስ አበባ 2012 ዓ.ም. (2020 እ.ኢ.አ.)

ለአድዋ ድል ክብርና ኩራት ለሚሰማቸው
የኢትዮጵያ ልጆች ሁሉ መታሰቢያ ይሁንልኝ፡፡

መግቢያ

ዶክተር አማረ ተግባሩ በህይወቱ ብዙ መከራ ፤ ችግር እስከሞት ቅጣት ከዚያም በአምላክ ቸርነት ተርፎ በከፍተኛ ትምህርት ተመርቆ ሊያርፍ ያልቻለው ጭንቅላቱ አስገድዶት የተለያዩ ድርሰቶችንና መጻህፍት አበርክቶልናል። ከዚህ በፊት በቅርብ ካስመረቀው <<ያንዲት ምድር ልጆች>> ከሚለው ታሪካዊ ልብ ወለዱና ፤ ከዚያ በፊት ለማንኛችንም <<ጥቁር ሳጥን>> የነበረውን የሃይሌ ፊዳን የህይወት ታሪክ ህያው በሚያደርገው መጽሃፉ የጽሁፍ ችሎታውን በሚገባ አሳይቶናል። አማረ ምንም በጡረታ ህይወት ተገልያለሁ ቢልም በረጅም ተለምዶው ያካበታቸውን ልምዶችና ታሪኮች በምንወደው መንገድ በጽሁፎቹ እያካፈለን ነው።

<<አድዋ ከዋዜማሽ እስከ ድል ቀንሽ>> የምትለው መጽሀፉ እንደ በፊቶቹ እትሞቹ ከተጻፈች ከርማ ጊዜዋ ሲደርስ ለእትም በቅታለች። ይህች ከዚህ በፊት ጽፎ ባላሳተማት እንደ አዲስ የምናያት ታሪካዊ ልብ ወለዱ ደሞ የተለመደ ችሎታውን በመጠቀም የሁላችንንም ቀልብ የሳበውን ታሪካዊ ድል መቶኛ እመት ለማክበር ጽፎ ያስቀመጣትን ድርሰት ጊዜው ሲደርስ አሁን ለእትም እብቅቷታል። የአድዋ ጦርነት ለብዙዎቻችን ደረታችንን የሚያስነፋና ልባችንን በብሄራዊ ኩራት የሚሞላ አኩሪ ድል ቢሆንም የታሪክ ቀልባሾች ሊያመናምኑት መሞከራቸው አልቀረም። ይህን ሮሮ ለመቅረፍ የታሪክ ማስረጃ በመጥቀም ብዙ ጽሁፎች ቀርበዋል። አማረ ግን ይህንን ታሪክ ለየት ባለ ታሪካዊ ልብ ወለድ አቅርቦታል። ታሪካዊ ልብ ወለድ በጣም ጥንቃቄ የሚፈልግና ልዩ ችሎታም ማካተት የሚያስፈልገው ያጻጻፍ ዘዴ ነው። ቀላልም አይደለም። ቀላል የማያደርገው በተለይ ትምህርታዊነትም ስለሚኖረው

■ ■ ■ አድዋ ከዋዜማሽ እስከ ድል ቀንሽ ■ ■ ■

ጸሃፊው ለመጻፍ የተዘጋጀበትን ታሪክ ጠንቅቆ ማወቅ አለበት። በተጨማሪም ያንን ታሪክ ህያው ለማድረግ ተመጣጣኝ የሆነ ወይም የሆኑ ተዋንያንና እብረው የሚሄዱ ሁኔታዎችን መፍጠር ያስፈልጋል። በመጨረሻ ደሞ ታሪኩንና ልብ ወለዱን አዋህዶ አንባቢው ተመስጦ የሚያነበው ውጤት አድርጎ ማዘጋጀት ዋናው የዚህ ያጻጻፍ ዘዴ ዋና ተግዳሮት ነው። አማረ ይህን ተግዳሮት በብቃት የተዋጣለት ደራሲ መሆኑን በዚህች መጽሃፉ አረጋግጦልናል። ታሪከን ህያው ለማድረግ የተጠቀመው ዋናው ተዋናይ አእምሮው ነካ ያደረገውና ቁጣን፤ ሀዘንንና ፤ በተለይ ቧልት ወይም ፓሮዲ የሚባለውን ዘዴ በመጠቀም "የፈጠረው ገፀ ባህርይ ነው። በዚህም ዋና ገፀ ባህርይ አማካኝነት" ይህችን አጭር ጥዑም ጽሁፍ አቅርቦልናል። አንባቢው በቶሎ አንብቦ የሚጨርሳት ጽሁፍ በመሆኗ በዚህ ማስተዋወቂያ መነካካት አያስፈልግም ብዬ ስለደመድምኩ አንባቢያን ተዝናንታችሁ እንድታነቧት እጋብዛችኋለሁ። መልካም ንባብ እመኝላችኋለሁ።

ዶክተር አበበ ሐረገ ወይን

አዲስ አበባ

መቅድም

ይህች <<አድዋ ከዋዜማሽ እስከ ድል ቀንሽ>> በሚል ርዕስ የቀረበችው አጭር ልብ ወለድ የተዘጋጀችው የዛሬ 24 ዓመት ሲሆን ዘመኑም የአድዋ ድል መቶኛ ዓመት መታሰቢያ የሚከበርበት ወቅት ነበር። በዚያን ጊዜ በምኖርበት ስዊድን አገር ይህንኑ የአድዋ ድል መቶኛ ዓመት መታሰቢያ ለማክበር ለሚደረገው ዝግጅት በዚህ ርዕስ ትዘጋጅ እንጂ በሰፊው ታትማ አልተሰራጨችም ነበር። በልብ ወለድ መልክ የተዘጋጀችም ብትሆን በጊዜው በነበረው ሁኔታ ህወአት በበላይነት ይመራው በነበረውኢህአዴግ መንግስት ላይ ምሬትና ቀልድ ያቀላቀለ (satirical) ነቀፋ ስለምትሰነዝር አገር ቤት የመግባትና የመሰራጨት ዕድሏ በጊዜው የመነመነ ነበር። ይህም ሆኖ በሕገ መንግሥቱ የሰፈረውን

<<የመናገርና የመጻፍ፣ ሃሳብንም በነፃ የመግለፅ>> መብት ለመፈተሽ ከተወሰነ አመታትም በኋላ ባገር ቤት ለማሳተም ሙከራ ባደርግም አልተሳካልኝም ነበር። ጊዜ ባለፈም ቁጥር ይህች አጭር ልብ ወለድ መጽሐፍ ከተዘጋጀች ከ24 ዓመት በኋላ እንደገና ለማሳተምና ለአንባቢ ለማድረስ አስፈላጊነቱ አልታየኝም ነበር። አሁን ላለንበትና እንዲያዘልቅለት ሁላችንም ልንረባረብበት በሚገባ <<ፍቅርና ሰላም፣ ይቅር ባይነት፣ መደመርና መቻቻል>> ዘመን ይህንን የመሰለው መጽሐፍ ጊዜው ያለፈበትና ጠቀሜታም የሌለው አድርጌ ተመልክቼው ነበር። በቅርቡ የመጽሐፏን ረቂቅ ያነበቡ በርካታ ወዳጆቼ በታሪክ ማስታወሻነት ታገለግላለች በሚል ባገር ውስጥ እንዲታተምና ለሰፊው ኢትዮጵያዊ አንባቢ እንዲደርስ አጥብቀው የጠየቁኝ በመሆኑ እኔም ውሎ አድሮ ሃሳቤን በመለወጥ ለአንባቢ ለመቅረብ ወስኛለሁ።

እርግጥ ይህች በልብ ወለድ መልክ የተዘጋጀችው አጭር መጽሐፍ የተጻፈችበት ዘመንና ዛሬ የምናየው የመደመር፣ የተስፋና የአብሮነት ሁኔታ ምንም እንኳን አልፎ አልፎ አሳሳቢ ተግዳሮቶች ቢገጥሙትም ፣ ኢትዮጵያዊ ኩራትና የጋራ ታሪክ ከተዋረዱበት የዛሬ 26 እና 27 ዓመት ከነበረው ሁኔታ በብዙ መልኩ የተለየ ነው። ዛሬ የምናየው የተስፋና የአብሮነት ለውጥ ሂደት በህዝብ መሪር ትግልና በተለይም በወጣቱ መስዋዕትነት ኢህዴግን ራሱን ከውስጥ ፈንቅሎ ከአምባገነንትና አረመኔነት ማላቀቅ ብቻ ሳይሆን ለኢትዮጵያዊነት ከፍተኛውን ዋጋ የሚሰጥ አመራር የታይበት ወቅት ነው። ስለዚህም ይህች አጭር ልብ ወለድ ያለፈ የሚመስለውንና ተመልሶም እንዳይመጣ ልንታገለው የሚገባውን ኢትዮጵያዊነትን፣ ታሪክንና አብሮነትን ያኮሰሰውንና ያዋረደውን አሳዛኝ ታሪክ በተመለከተ የተጻፈ በመሆኑ ያሁኑን ሁኔታ አይወክል ይሆናል።

የዛሬ 24 አመት የአድዋ ድል መቶኛ አመት አከባበር አካባቢ የነበረውን ሁኔታ መለስ ብለን ስናስታውስ በአገር ውስጥም ሆነ በመላው አለም ተበትነው የሚኖሩ አገር ወዳድ፣ ለህዝቦች እኩልነትና ማህበራዊ ፍትህ ለዘመናት በፅናት የቆሙት እውነተኛ ያገራችን ልጆች ያዘኑበት ነበር ቢባል ማጋነን አይደለም። በጊዜው በነበሩት የህወአት ኢህአዴግ መሪዎች ስለእናት አገራቸው ረጅም የነጻነት ታሪክ ይሰበኩ የነበረው የክለሳ ታሪክ ምን ያህል አሳዛኝ እንደነበር ይታወሳል። አንገታቸውን እንዲደፉ እንዳደረገና አልፎ አልፎም ቁጣቸውን እስከመቀስቀስ ደርሶ እንደነበር ለማንም የተደበቀ አልነበረም። በተለይም እጅግ የሚያኮራውን የዳግማዊ አፄ ምኒልክን ታላቅነት፣ በእሳቸውና በቆራጥና አስተዋይ ባለቤታቸው እቴጌ ጣይቱ መሪነት ኢትዮጵያ አድዋ ላይ የተጎናጸፈችውን ድል ከመከለስ ባሻገር በተለይም ዳግማዊ አፄ ምኒልክን የማዋረድ ታሪክ ይነዛ እንደነበረ የሚታወስ ነው። በጦር ሜዳም በአንድነት የቆሙትን ጀግኖች የኢትዮጵያ ልጆች በዘር ቀመር ስሌት በማስላት አንዱን ካንዱ የማበላለጥና የማጣጣል የፕሮፓጋንዳ መርዝ ይነሰነስ የነበረበት ዘመን ነበር። ከዚህች ወድ አገር የረጅም ጊዜ ነፃነትና ታሪክ ጋር ህልውናውንና ማንነቱን ያቆራኘውን ወገን ወይም የህዝብ ክፍል በነቂስ በማውጣት ቀደም ሲል በነበረው የገዥ መደብ ወይም ደግሞ በደርግ አይን በማየት በእነኚያ አገዛዝ ዘመናትና ከዚያም አልፎ የዛሬ መቶ ዓመታት በፊት ለጠፋው ጥፋት ሁሉ እኩል ተጠያቂ የሚያደርግ የዘረኛነት ጥላቻ ምን ያህል ቁጣ የቀሰቀስና ያሳዘነ እንደነበር የሚካድ አልነበረም። አልፎ ተርፎም የኤርትራን ከኢትዮጵያ ተለይቶ ነፃ መንግስት ሆኖ የመቋቋምን ጉዳይ ማስቀረት እንኳ ባይቻል የኢትዮጵያን ብሔራዊ ጥቅምና ልዑላዊነት በማይጎዳ መልኩ እንዲከናወን ከመከራከር ይልቅ፣ ያለምንም ህዝባዊ ውክልናና ምንም አይነት እሰጥ አገባ ድርድር ውስጥ ሳይገባ፣ በአለም ማህበራት ሸንጎዎች ላይ በመቅረብ ለኤርትራ ነፃ መንግሥት ሆኖ መቋቋም እውቅና እንዲያገኝ ሽንጥ ገትሮ እስከመከራከር ተደርሶ ነበር። በዚህም ሳያበቃ አገሪቱን ያለ ባህር በር የማስቀረት አሳዛኝና በታሪክ ምንም ቢሆን ይቅርታ የማይደረግለት

አፀያፊ ተግባር የተፈፀመበት ወቅት ነበር። ይህ ድርጊት አገር ወዳድ፣ ዴሞክራሲያዊና እውነተኛ የሆኑትን የኢትዮጵያ ልጆች ሃዘንና ቁጣ ብቻ ሳይሆን ራስ እስከማዞር የሚያደርስ የክህደት ሥራ የተፈጸመበት ወቅት ነበር ቢባል ማጋነን አይሆንም።

ታዲያ ጥያቄው ዛሬ የ<<ፍቅር፣ መደመርና ሰላም>> እየተስለመለመም ቢሆን ተመልሶ የሚጨልምበት በማይመስል የተስፋ ብርሃን በሚታይባት የዛሬዋ ኢትዮጵያ ከዛሬ 24 ዓመት ወደተከናወነ ጉዳይ ተመልሶ፣ በዚያን ዘመን የተዘጋጀ መጽሐፍ እንደገና አሳትሞ ላንባቢ ማቅረብ ምን ትምህርት ይሰጣል? የሚለው ነው። ለራሴም ይህንኑ ጥያቄ አንስቼ አጥጋቢ መልስ ለማግኘት ስቸገር ቆይቻለሁ። በመጨረሻ የደረስኩበት መደምደሚያ የሚከተለው ነው። በእኔ ዕይታ አድዋ በአንድ የታሪክ ወቅት፣ በአንድ ጂዮግራፊዊ አካባቢ የተደረገ ጦርነትና የተገኘ ድል ብቻ አይደለም። አድዋ፤የኢትዮጵያዊነትና በብዙ ቀለማት ያሸበረቀው ሕዝባዊ አንድነት የተገለፀበት፤ እንደ ዘመኑንና ሁኔታው በመከራም ሆነ በደስታ ወቅት ተፈራራቂ የሆነውን ኢትዮጵያዊነት መንፈስ የመፈተሻና መልሶ የማደሻ ርዕዮተ ዓለማዊ ቅርስ ነው። በቁስ አካላዊ ታሪክ ፀሃፊዎች ብቻ የሚተረክ ሳይሆን በኪነ ጥበብ፤ ድራማ፣ ሙዚቃና ሥዕል፤ ፈጠራዊ ክህሎትን በተገናጸፈ መልክና ይዘት ሊገለፅ የሚችል ተሰንቆ የማያልቅ ስንቅ ነው የሚል እምነት አለኝ። አሁን ወደምንገኝበት የፖለቲካ አለም የገባንም እንደሆነና ከታሪክ እንድንማር ከተፈለገ ያለፈውን መርሳት የለብንም። ይህንን በትካዜም ሆነ በፌዝ መልክ መልሶ ማስታወስ ኢህአዴግ ወደነበረበት እንዳይመለስ ወይም ደግሞ ሌሎች ኢህአዴግን የመሰሉ ኢትዮጵያውያንን ለመከፋፈልና ለመበታተን፣የጋራ ታሪክና ማንነታቸውን ለማዋረድ እንዳይሞክሩ ታሪክም መልሶ ራሱን እንዳይደገም ትምህርት ይሰጣል።ሰላማዊ በሆነው ሃሳብን በነፃ የመግለጽ መብት ተጠቅመን <<በመደመር>> መርህ ግልፅነት በተሞላው ሁሉን አቀፍና አካታች (inclusive) መንፈስ መልሰን ብንወያይበት ከጎጂነቱ ይልቅ ጠቃሚነቱ የጎላ ይመስለኛል። እኔም የዛሬ 24 ዓመት በአድዋ ድል ታሪክና መቶኛ ዓመት መታሰቢያ አከባበር ዙሪያ የህወአት ኢህአዴግ መሪዎች ይሰብኩ የነበረውንና ኢትዮጵያዊ ማንነትና የባንዲራ ክብር እንዴት እንደተንኳሰሰ ያሳደርብኝን ወደ እብደት ሊጠጋ ምንም ያለቀረውን ቁጣና ሃዘን ማንም የማያሸንፈውን ብዕርና ወረቀት አንስቶ በዚያ ላይ በመጫር ስሜቴን ለመግለፅና ለማጋራት ሙከራ አድርጌአለሁ። መጽሐፏንም ለማዘጋጀት አቶ ተክለ ጻዲቅ መኩሪያና አቶ ጳውሎስ ኞኞ ስለ አፄ ምኒልክና አድዋ ጦርነት የፃፏቸውን መጽሐፍት ለማጥናት ሙኩራ አድርጌአለሁ። ከእነርሱም ሌላ ፕሮፌሰር ስቬን ሩብንሰን የተባሉ ስዊድናዊና ለረጅም ዘመናት በኢትዮጵያ ታሪክ ላይ ምርምር ያደረጉ መምህርና ታላቅ የኢትዮጵያ ወዳጅ ካበረከቷቸው ታሪካዊ ጥናቶች መካከል ከአድዋ ጦርነት ጋር የተገናኘውን ተመልክቻለሁ። በተለይም ደግሞ የአንደኛና ሁለተኛ ደረጃ ተማሪ በነበርኩበት ዘመናት የታሪክም ይሁን ሌላም አይነት መጽሐፍት ለክፍል ጓደኞቼ እንዳነብ በመምህራኖቼ እታዘዝ ስለነበር ከዚያን ጊዜ ጀምሮ

እስከዚህ ዘመንም ድረስ ሳይረሱኝ በቃሌ ከያዝኳቸው መካከል በአቶ ተክለ ጻዲቅ መኩሪያ የኢትዮጵያ ታሪክ መጽሐፍት ሰፍረው የሚገኙ ድርሶችን፣ አባባሎችን፣ ቀረርቶና ሽለላ እንድገና በማስታወስና በመከየን የዛሬ 24 ዓመት አገራችን የነበረችበትን ሁኔታ ለመግለፅ በሚያስችል መንገድ ተጠቅሜባቸዋለሁ።

በ1889 ዓ.ም. ኢጣሊያኖች ኢትዮጵያ አገራችንን በቅኝ ግዛትነት ለመያዝ የሰነዘሩት ወረራ ድል የተመታበትን ታሪክ ይህችን ልብ ወለድ ለማዋቀሪያና ለቀረጽኳቸውም ገፀ ባህርያት ማጌጫና ማስዋቢያ በማድረግ አልተወሰንኩም። የአድዋን ጦርነት ምንነት በአዲስ ታሪካዊ ዕይታ ውስጥ እንደገና በማሰስ የዛሬ 24 ዓመት ባገራችን ሲፈፀም ካየነው አገራዊ ኩራትንም ሆነ ሃፍረትን እያቀላቀለ ባደባባይ ሲከወን ከታዘብኩት ድርጊት ጋር ለማገናኘት ስነ ጽሑፍ በሚፈቅደው የፈጠራ መብት ተጠቅሜአለሁ። ባንድ ዘመን የተጻፈና የተዘጋጀ በመሆኑ በታሪክ ማስታወሻነት ከማገልገል ባሻገር በአደባባይ ለመወያየት፣ ርስ በርስ ለመማማር፣ ለመወቃቀስና ሁላችንም እኩል የምንፀፀትበት ጉዳይም ላይ አብሮ ለመፀፀት ያስችላል በሚል ይህችን <<አድዋ ከዋዜማሽ እስከ ድል ቀንሽ>> በሚል ርዕስ የሰየምኳትን አጭር ልበ ወለድ ካንዳንድ መጠነኛ እርምት በስተቀር ይዘቷ እንድተጠበቀ ሆኖ እንደገና ለአንባቢ አቅርቤአለሁ።

አማረ ተግባሩ በየነ (ዶ/ር)

የካቲት 2012 ዓ.ም.

ምዕራፍ አንድ

ፈቃዱ ሞላ የአእምሮ ሕውከት ደርሶበት ከመታመሙ በፊት ደህና የመንግስት ስራ ነበረው። በቀድሞው ጊዜ የፈረንሳይኛ ቋንቋ ዋነኛ ትምህርት በነበረበትም ጊዜ እስከ አምስተኛ ክፍል ድረስ በዳግማዊ ምኒልክ ትምህርት ቤት በአዳሪነት ተምሯል። አንደኛ ደረጃን የጨረሰው ግን በአቅራቢያው በሚገኘው አርበኞች ትምህርት ቤት ነበር። የመንግስት ስራም ከያዘ በኋላ በማታ ትምህርት እስከ አስራ ሁለተኛ ክፍል ድረስ ተምሮ የሁለተኛ ደረጃን መልቀቂያ ፈተና በጥሩ ውጤት አልፏል። ከነገ ዛሬ ገንዘብ አጠራቅሞ ትምህርቱን ለመቀጠል ወመዘክር ቤተ መጽሐፍት ቤት፣ ከዚያም ማስታወቂያ ሚኒስቴር ተቀጥሮ ብዙ አመት እንደሰራ ለበላይ አለቃህ መልስ መስጠት ብቻ ሳይሆን ተጋፍተሃል ተብሎ ከሥራው ተባረረ። ይህም ውሎ አድሮ ብስጭትና ለብቻ ማውራት አሳድሮበት በመጨረሻው አንጎል ሆኖ ተመልሶ ኮሌጅ ለመግባትም፣ ሰርቶ ለመብላትም ሳይሆንለት ቀረ።

ፈቃዱ ሞላ ትምህርት ቤት በነበረበት ጊዜ የትያትርና ድራማ ፍቅር ነበረው። በያመቱ የወላጆች ቀን ሲከበር አጼ ምኒልክን እየሆነ ንጉሠ ነገሥቱ በተገኙበት ይጫወት ስለነበር ከዚያን ጊዜ ጀምሮ ስለ ምኒልክ በተለይም ደግሞ ስለ አድዋ ጦርነት ያነብና ይመራመር ነበር። የአድዋ ድል በዓል ሲከበር፣ የካቲት አስራ ሁለት የሰማዕታት ቀን ሲታሰብ፣ ቀረርቶና ሽለላ ግጥምና እንጉርጉሮ ያሰማ ስለነበር ፈቃዱ ሞላ አንድ ቀን ትልቅ ባለቅኔና ገጣሚ ወይም የድራማ ሰው ሳይሆን አይቀርም ይባልለት ነበር።ያ ሁሉ ቀረና በአእምሮ ህውከት ተነክቶ በከተማው <<ፈቃዱ ሞላ እብዱ>> በሚል የሚታወቅ አሳዛኝና እንግልት ፍጡር ሆነ።

በተለይም እንዲህ ነካ ካደረገውና ባራዳ ጊዮርጊስ የታወቀ የከተማው እብድ የሚል ስም ካገኘና ከዚያው ከምኒልክ ሐውልት ስር ተገትሮ መዋል ከጀመረ ወዲህ ለብቻው ሲያወራ ሲዘፍንና ሲያቅራራ ይውላል። ቀረብ ብሎ ማነጋገር የሚፈራው አይጠጋው እንጂ ራቅ ብሎ የሚያዳምጠውስ ብዙ ነው። ከቅርብ ጊዜ ወዲህማ ወዲህማ

<<ኧረ ጉዱ በዛ ! ኧረ ጉዱ በዛ!

በጀልባ ተሻግሮ አበሻን ሊገዛ!

ኧረ ጉዱ ከፋ ! ኧረ ጉዱ ከፋ!

መረብን ተሸግሮ ኢትዮጵያን ሊያጠፋ!>>

የሚለውን ከመቶ አመታት በፊት ኢጣሊያኖች ኢትዮጵያን በወረሩ ጊዜ አድዋ ዘምቶ የነበረውን የኢትዮጵያን ጦር ለማነቃቃት ይባል የነበረውን ሽለላ ሲሸልልና ሲያቅራራ መዋል ከጀመር ወዲህ ራቅ ብሎ የሚያዳምጠው ሰው ቁጥር እየጨመረ ከሄደ ሰንበቷል። መቼም እንደ ወሬ ልጅ፣ አዋቂ፣ ጤነኛ ወይም እብድ ሳይል ሰው የሚጎዳ ከፉ ነገር የለም የሚባለው ሃሰት የለውም። በተለይ አእምሮውን ነካ ላደረገው ሰው እውነት ይሁን ውሸት ሊያጣራው የማይችል ወሬ ከጆሮው የደረስ ዕለት ይበልጡን ማስበርገጉና የሚይዝ የሚለቀውን ማሳጠቱ አይቀርም ለማለት ፈቃዱ ሞላን ያየና ታሪኩን የሰማ የሚመሰክረው ጉዳይ ነው። ከየት እንደነፈሰ የማይታወቅ ወሬ <<ወያኔ ከሻዕቢያ ጋር ተጋግዞ በመሃል አገር መንግሥት ማቆሙ አንሶ፣ አገሪቱን አስገንጥሎ የባህር በር እስከማሳጣት አደረሳት፣ ኢትዮጵያም ብትሆን ቢበዛ ከመቶ ዓመት የማይበልጥ ታሪክ እንጂ ከዚያ ያለፈው ለሺህ ዘመናት ሕዝቦቿን ያስተሳሰረው ታሪክ ሁሉ የጨቋኞች ታሪክ ነው>>፣ የሚል ወሬ ባገሪቱ ሲነፍስ ፈቃዱ ሞላም ጆሮው ደርሶ ኖሮ ይህንን ወሬ የሰማ ዕለት እንዳውም ዛርና ውቃቢ የተነሳበት ይመስል ያንቀጠቅጠው ጀመር። <<የባህር በር፣ የባህር በር>>፣ እያለ የሚያስጮህ አባዜ የያዘው ይመስላል አንዳንዴ <<የባህር በር፣ የባህር በር>>፣ እያለ መጮህና ማጓራት የጀመረ እንደሆነ። የተለከፈበት አባዜ የተነሳበት እንጂ እውነት ያውም አእምሮውን ነካ ያደረገው ሰው <<ምን ነገሩ ገብቶት ነው እንዲህ የሚከፋውና የሚሰነፍጠው>> የማይለው ሰው የለም። እንዲህ ሲያስቀባጥረውና ሲያንቀጠቅጠው ቆም ብሎ የሚያዳምጠውና የሚመለከተው ሰው ቁጥሩ ከበረከተ ሰንብቷል። ከእነኚህ መካከል አንዳንዶች ደግሞ <<ፈቃዱ ሞላ እኮ እብድ አይደለም አውቆ አበድ እንጂ! የልቡን ለመናገር እንደሱ የታደለ የለም>> እያለ ይነጋገርበታል።

ፈቃዱ ሞላ <<ኡ! ኡ! የባህር በር ያለህ>> እያለ አንዴ እሪ ማለት የጀመረ እንደሆነ የሚይዘው የሚለቀው ይጠፋዋል። ደፈር ብለው <<ተው፣ ዝም በል፣ ደግሞ እንደዚያ ሰሞኑ ታጣቂ መጥቶ ይደበድብሃል>> የሚሉት ባይጠፉም እሱ እንደሆነ አይሰማቸውም።

አንዳንዴ እንዲህ የሚሉትን የሰማ እንደሆነ <<የእብድ ሰውነት ነው። ቢረግጡትና ቢወግሩት አይሰማውም ብለው ነው፣ ተዋቸው>> እያለ እብድ ይመልሰዋል የማይባል መልስ ሲሰጥ የሰማ አላፊ አግዳሚው ማዘኑና መገረሙ አይቀርም። በሌላ ጊዜ ድንገት ከተቀመጠበት ተነስቶ መኪና ገጨኝ አልገጨኝ ሳይል አውራ መንገድ መሃል ገብቶ በዚያ በሚያስበረግግ ድምፁ

<<የባህር በር፣ የባህር በር>> እያለ መብረር፣ አላፊ አግዳሚውንም ማስበርገግ የጀመረ እንደሆነ <<ጎሽ አንተው ትሻላለህ፣ እኛ እንደሆን ሃሞታችን ፈሷል>> ይሉታል አንዳንዶች በባህር በር እጦት ውስጥ አንጀታቸው እርር ያለ ያገሪቱ ዜጎች።

የፈቃዱ ሞላስ ነገር ከማሳዘኑ የተነሳ ባይወራ ይሻላል የሚያሰኝ ነው አንዳንዴስ።ለነገሩማ የሁለተኛ ደረጃ ትምህርቱን እንዳጠናቀቀ በዚያን ጊዜ ወመዘክር ይባል የነበረው የመጀመሪያው የህዝብ ቤተ መፅሐፍት የቢሮ ፀሐፊ ይፈልግ ስለነበር እዚያ ተቀጠሮ ነበር። ታዲያ ዱሮም ቢሆን የኢትዮጵያን ታሪክ የተመለከተ መጽሐፍ ብቻ በማንበብ የሚረካ አልነበረም። በቅኝ ግዛትነት ስለተያዙት የአፍሪካና እስያ አገሮች፣ አልፎ ተርፎም በአውሮፓ ነጭ ሰፋሪዎችና በባሪያ ንግድ የተመሰረተችውንና የአገሩም የመሬቱም ባለቤት የሆኑትን ቀይ ህንዶች አጥፍታ በሃይላነቷ ገዝፋ የምትታየውን የሰሜን አሜሪካ ታሪክና አመሰራረት ማንበብ ይወድና መቆርቆር ይታይበት ነበር። ይህ ብቻ ሳይሆን ንግግርም የሚሆንለት ስለነበርና ከቤተመፅሐፍቱ ባነበበው በመንደሩም በመዝናኛና ቡና ቤቱ ሳይቀር አልፎ ተርፎም አደባባይ እየወጣ መከራከር ብቻ ሳይሆን አምባ ጓሮ ድረስ የሚደርስ እልኸኛ ስለነበር <<ይሄ ሰው አብሾ አለበት>> የማይለው አልነበረም። በኋላም ማስታወቂያ ሚኒስቴር የራድዮ ፕሮግራም ዝግጅት ክፍል የራሱን ቤተመፅሀፍት ቤት እንዲያደራጅ ከበላይ ትዕዛዝ በመጣ ጊዜ ከወመዘክር ቤተ መፅሀፍት ወደ ማስታወቂያ ሚኒስቴር ተዛውሮ የታሪክና የሥነፅሁፍ ቅርስ ጉዳይ ሃላፊ ሆኖ ሰርቷል። አእምሮውን ነካ አድርጎት የታመመውም እዚያ ነው። ምክንያቱም የዚያን ጊዜ ሚኒስቴር የነበረው መካሻ በላቸው <<የበላይ አለቃህን ተዳፈርክ>> ብሎ ያለ ጡረታ ከስራ ስላሰናበተው ነው ይባላል። ፈቃዱ ሞላን የሚያውቁትም የሚናገሩት ይህንኑ ነው። እሱ ግን የዚያን ጊዜው ህመም ከስራ አለአግባብ ከመባረር ጋር የተያያዘ የብስጭት፣ የችግርና የብሶት እንጂ የአእምሮ መታወክ እንዳልነበር የሀኪም ማስረጃ እንዳለው ይናገራል። የለየለት ሰነባብቶ እንደሆነ ብዙ የሰው ምስክር እንዳለውም ለማሳመን ይሞክራል። ከዚያ በኋላማ<<አንቱ>> የሚለው እየቀረ፤ ከተማው በእብድነቱ እየለመደው፤ እሱም እየተላመደው ሄደና አላፊ አግዳሚው ሴቱ ወንዱ <<ፈቃዱ እብዱ!>> ይለው ጀመር።

እነኚያ ከወዲያ ከበላይ ዘለቀ መንገድ በኩል የሚመጡት ሁለቱ ስርጉትና ባዩሽ የሚባሉት

ልጃገረዶች ፈቃዱ ሞላን ሲፈሩት ለብቻው ነው። እነርሱ

<<ጋሼ ፈቃዱ እብዱ መጣ! ጋሼ ፈቃዱ እብዱ መጣ!>> እያሉ ሲሸሹት እሱ ደግሞ ይከተላቸዋል። ወንዶቹም፣ የነስርጉትና ባዩሽ የቀድሞ የትምህርት ቤት ጓደኞቻቸው፣ ነሲቡና ሰይፉም ቢሆኑ የስርጉትንና ባዩሽን ያህል አይሁን እንጂ

<<ፈቃዱ እብዱ ያውና>> የተባሉ እንደሆነ እንደሴቶቹ ባፍጢማቸው እስኪተከሉ ድረስ አይሩጡ፣ አይሽሹ እንጂ ገና ከሩቅ ሲያዩት እነርሱም ምንም ወንድ ቢሆኑ ፈንጠር፣ ሸሸት ካይን ራቅ ማለታቸው አይቀርም። እሱ ግን ወንዱንም ሴቱንም የሚያስበረግገው፣ በተለይማ የለመዳቸውን ስርጉትንና ባዩሽን እንዲሁም ደግሞ ወንዶቹን ነሲቡንና ሰይፉን የሚያስደነግጠው ድንገት ከኋላቸው ሳያስቡት ብቅ ይልባቸውና <<የባህር በር፣ የባህር በር፣>> ብሎ የጮኸባቸው እንደሆነ ነው። አንዳንዴ ደግሞ ሁኔታው ሁሉ ልውጥውጥ ይልና አውራ መንገድ መሃል ገብቶ አላፊ አግዳሚውን ማስበርገግ ይተውና ሁለት እጆቹን እያፍተለተለ፣ አይኖቹን እያቆለጨለጨና ዕንባ የቋጠሩ ያህል እየመሰሉ ያንኑ የተለከፈበት የሚመስለውን

<<የባህር በር፣ የባህር በር፣>> የሚል ቃል ይደጋግምና ቆም ብለው ያዳመጡትን ደግሞ <<ለምን ትክ ብላችሁ አያችሁኝ>> የሚል ይመስላል። የባህር በር ጉዳይ ሲነሳ ልባቸው የሚነካው እነኚያው ፈቃዱ ሞላን የለመዱትና ባለፉ ባገደሙ ቁጥር ከሱ ጋር አንድ ሁለት ሳይባባሉ የማያልፉት ስርጉትና ባዩሽ ወይም ደግሞ ነሲቡና ሰይፉ ብቻ አይደሉም። የቀረው አላፊ አግዳሚም <<አሁን አንተ እውነት እብድ ነህ፣ አውቆ አበድ እንጂ>> ይለዋል። እሱም <<ባልወልድ አደርስሃለሁ። እውነት ለአንቱታ አንሼ ነው? ምነው ከበሬታ ነሳሽኝ>> ሲል ይመልስላቸዋል። በዕድሜው ገፋ ያለ ሁሉ <<አንቱ>> እየተባለ ሲጠራ እኔስ ለምን <<አንቱ>> አልተባልኩም ብሎም አይደል፣ ፈቃዱ ሞላ ይታወቀዋል እብድ <<አንተ>>፣ እንጂ<<አንቱ>> ተብሎ እንደማይጠራ። እብድነቱንም ጠቅላላ ማህበረሰቡ ካማኑኤል ሆስፒታል በተፃፈ መረጃ ተረጋግጦበታል በማለት <<ፈቃዱ እብዱ>> በሚል የማሾፊያ ቃል እንጂ እንደሰው አክብሮት እንደነሳው ተዘንግቶት አያውቅም። እሱ ግን አልፎ አልፎ እንጂ በእብድነቱ ብዙም አያምንበትም። ቢሆንም እንደ እብድ ካላስበረገገ እብድ መባሉ የሚቀርበት ይመስለዋል። አንዳንድ ጊዜ ግን ህጻናት ከሩቅ ባዩት ቁጥር የሚወረውሩበት ድንጋይ አንዴ ከጀርባው፣ አንዴ ከቁርጭምጭምቱ እያረፈ ስላሰቃየው እሱ አባራሪ፣ እነርሱ ተባራሪ መሆናቸው ይቀርና እሱ እነሱን ሲያይ በሮ ከአካባቢው ይጠፋል። ታዲያ ይህን የተመለከተ አላፊ አግዳሚ <<ምን አረጋቸው ይሄ የእግዜር ድሃ! እሱ እንደሆነ ካልነኩት ሰው አይነካ>> ይሉለታል። ያጋጠማቸውም እንደሆነ ወደ ህፃናቱ ተጠግተው ሊቆጡና ሊገስፁ ይሞክራሉ። እሱ ግን በህፃናቱ ከመመረሩ በስተቀር እብድነቱን አውቆ የተቀበለው ይመስላል። እንዲያውም

<<ፈቃዱ እብዱ>> ካልተባለ እንደመጣለት የመናገር መብቱ እንደማይታወቅለት ተገንዝቧል ማለት ይቻላል። የሚመቸውን ለብሶ የማይመቸውን አውልቆ ለመጣል ያለ ትዕዛዝ፣ ያለ ህግ የቱ ቀለም ከየቱ እንደሚገጥም ሳይነገረው፣ ባለስልጣን ሳይወስንለት፣ የሚመስለውን ከማይመስለው አገጣጥሞ፣ ቀለም ከቀለም አደባልቆ አረንጓዴውን ጨርቅ በቢጫ ቢጫውን በቀይ አገናኝቶ፣ የሰፋውን ድሪቶ መልበሱን ለተመለከተ ይሄ እብድ የጥንታዊት ኢትዮጵያን የባንዲራ ቀለም እንዲህ የተከናነበው ከማን ጋር እልህ ተያይዞ ይሆን? የማይለው የለም። በተለይማ የህወአት ኢህአዴግ መንግስት ከሻዕቢያ ጋር ተጋግዞ በመሃል አገር መንግስት ካቆመና ኤርትራንም ያለ ሕዝብ ተሳትፎ አስገንጥሎ አገሪቱንም ካንድም ሁለት የባህር በር እንድታጣ ካደረገ ወዲህማ ፈቃዱ እብዱ ሲያገጣጥም፣ ሲሰፋ ሲቀጥል የሚውለው እነኚያን አረንጓዴ ብጫ ቀይ ጥንታዊውን የኢትዮጵያን ባንዲራ አስመስሎ የሚጠቃቅመውን

<ጨርቃ ጨርቅ> ነው። ታዲያ ያው <<የባህር በር፣ የባህር በር፣>> እያለ ከራሱ ጋር ማውራቱና ሲብሰበት ደግሞ <<ኡኡ ... የባህር በር ያለህ ...>> እያለ መጮህና ዛር ወይም ልክፍት የተቀሰቀሰበት ይመስል እንደ ማንቀጥቀጥ እያደረገ ማንኳረሩ ሲጀምረው አላፊ አግዳሚው ከፍራቻው የተነሳ ይርቁታል እንጂ ቀረብ ብሎ

<<ምን ሆንክ? ዛሬ ደግሞ ምነው እንዲህ ባሰብህ?>> የሚለው የለም። በረድ ሲልለት ደግሞ አንድ ከእጁ ከማይለየው ኮሮጆ ውስጥ መርፌና ክሩን ያወጣና አንዴ በስፋት፣ አንዴ በቀጭን፣ ሲቀድ፣ ሲሰፋና እንደ አልቦ አንዴ በእግሩ ሌላ ጊዜ ደግሞ ባናቱ ሲያጠልቅ፣ ሲያወልቅ የሚውለው ይህንኑ የጥንታዊት ኢትዮጵያን አረንጓዴ፣ ብጫ፣ ቀይ የባንዲራ ቀለም ነው። <<አውቆ አበድ አንጂ እውነት ፈቃዱ ሞላ እብድ ነው>> እያለ አላፊ አግዳሚው የሚወያየው ለዚሁ ነው። እሱ ግን በውርርድ ቢኬድ ከማይታጣበት አራዳ ጊዮርጊስ፣ ከምኒልክ ሐውልት ስር ወይም ከሩቅ ሲያያቸው የሚፈራቸው ታጣቂዎች የገጠሙትም እንደሆን ከሐውልቱ ፈንጠር ብሎ ከመንገዱ ዳር ከጊዮርጊስ ቤተ ክርስቲያን መውጫ በር ላይ ካለው ቋጥኝ ድንጋይ ላይ ቁጭ ይልና ያንኑ አረንጓዴ፣ ብጫ፣ ቀይ የባንዲራ ቀለም ያለው ብጣሽ ጨርቅ ሲሰፋ ሲቀድ ወይም ለብቻው ሲያወራ ይውላል። ወዲያው ደግሞ ከራሱ ጋር ማውራት ይጀምራና <<ይህችን የነፃነትና ስንት ደም የፈሰሰባት፣ አጥንት የተከሰከሰባትን ባንዲራ አይደል አጅሬ ብጣሽ ጨርቅ አላት የተባለው>> ይልና ይህንን ወሬ ብሎ ማን በጆሮው ሹክ እንዳለለት ወይም ከየት እንደሰማውና እውነት ይሁን ውሸት የማይታወቀውን፣ የባንዲራን በተራ ጨርቅ የማዋረድ ጉዳይ ያነሳሳና ልክ እንደተኮረኮረ ሰው ከት ብሎ ይስቃል። መልሶ ደግሞ ከየት መጣ የማይባል እንባ ባይኖቹ ጥግ ጥግ መውረድ ይጀምሩና ስቅስቅ ብሎ ያለቅሳል። አንዳንዴም የሚሰራው ጠፍቶታል የሚያሰኝ ነገር ከማድረግ አይመስልም። በእብድነቱ አንዴ የታወቀ በመሆኑ ልብሱን ከወንድ ብልቱ በታች ዝቅ አድርጎ ራቁቱን የታየለትማ <<አዬ ተነሳበት! ምነው

እዚያው አማኑዔል ቢመልሱት>> ይሉታል። ፈቃዱ ሞላ ግን <<ይሄኔ በዚያ በጠራራ ፀሐይ ጥቁር ካቦርት ለብሼ ጥቁር ባርኔጣዬን ባናቴ ደፍቼ፤ ከነክንብንቤ አደባባይ ብወጣ ጌቶች መጡ የጠገቡ ዲታ ማለት እኮ እኚህ ናቸው፤ ይኼው መጡ፤ ይባልልኛል እንጂ መቼ ሰው ይሸሽኝ ነበር>> ይላል። የአማኑኤል ሆስፒታል ነገር ሲነሳበት ትዝ የሚለው ያ የመረመረው ሀኪም ነው ። <<ያበደስ እሱ! የሐኪም መኖሪያ ብለው በዚያው በግቢው ውስጥ ቤት ሰጥተውት መኖሩን የጤንነት ነው ያለው ማነው? የመረመረኝስ ዕለት አይንህን ጨፍነህ አንድ እግርህን አጥፈህ እስቲ በአንካሴ በውላሴ ሂድ ቢለኝ፤ እሺ ብየው ትንሽ አንከስ፣ አንከስ እንዳለኩ በቃ ታመሃል! በመሬት ላይ የተነጠፈውን ቀይ መስመር ተከትለህ አልሄድክም ፤ ተንጋደሃል ሲለኝ ለምን ቀዩን መስመር ባይኔ ጭፍን ሳይቀር እንደሸሽሁት እንኳን አልጠየቀኝም። እብድ ነው፣ ሚዛኑን የሳተ ነው አለኝ እንጂ፣ ያንን ያደጋ ምልክት የመሰለ ቀይ መስመራቸውን ባይኔ ጭፍን ሳይቀር መሸሼ በአእምሮ ሁከት ተረጎመብኝ እንጂ እኔስ አንኳን ያን ጊዜ ዛሬም ደህና ነኝ። ቀይ ቀለም የፍቅር፤ የመተባበር፣ የመተሳሰብ ምልክት መሆኑ የቀረ መስሎኝ ነው እንጂ አማኑኤል ሆስፒታል ወለል ላይ ያጋደሙትን በሰው ደም የተሰመረ የሚመስለውን ቀይ መስመራቸውን ለደግ መሆኑን ባውቅማ ኖሮ ከመሸሽ ይልቅ እጋልብበት አልነበር? ያ ከሱም በላይ ያበደ የሌለ መሆኑን የሚነግረው ያጣ ሀኪም እብድ ነው ብሎ እንዴ ማስረጃ ከፃፈብኝ ወዲህ ማን እንደሰው ይቁጠረኝ?>> ይላል፤ አንዳንዴ ደግሞ እብድነቱ ይበልጥ ከሰው ያራቀው እየመሰለው።

ምዕራፍ ሁለት

ሬቃዱ ሞላ ነጋ ጠባ የማይጠፋው ካራዳ ጊዮርጊስ በብረት አጥር ከታጠረው አፄ ምኒልክ ሐውልት ትይዩ ራቅ ብሎ ከሚገኘው ቋጥኝ ድንጋይ ስር በቀለሳት የፐላስቲክ ጎጆው አጠገብ ነው። ከፈረሱ ተቀምጦ

የሚጋልብ የሚመስለውን የዳግማዊ ምኒልክን ሐውልት ትክ ብሎ እየተመለከተ

<<የልቤን የማጫውተው፣ እንደሰው ተገቢውን ከበሬታ ሳይነፍገኝ የሚጨዋውተኝ ባገኝማ፤ አባቴ ካባቱ የሰማውን፣ እኔም ገና በልጅነቴ ካያቴ የሰማሁትን የአድዋን ታሪክና አባቶቻችንን የከፈሉትን መስዋዕትነት ባጫወትኳቸው ነበር፣ ያኔ ደህና ይወጣልኝ ነበር>> ይላል። ቀጠል አድርጎ ደግሞ <<እንዲህ የሚያደርገኝስ ሰው ብሎ የሚያዳምጠኝ አጥቼ አይደል? የዛሬ ሰው ደግሞ ትዕግስት የለውም። ካያቴ የሰማሁትን፤ አባቴም ከአባቱ የሰማውን የአድዋን ታሪክ በጄ ብሎ ማዳመጡ ይሰለቸዋል>> ሲል ራሱ ለራሱ ይናገራል። እንደዚያ እያለ አንገቱን እንዳቀረቀረ ስንጥር ቢጤ አንስቶ መሬቱን እየቆረቆረ ለብቻው ማውራቱን ቀጠለ።

<<ታዲያ እኮ አያቴ ታሪክ መንገር የጀመረ እንደሆን ነገሩ ሁሉ ይረዝምበታል። አባቴም እንደ አባቱ፣ የአባቴም አባት እንዳባቱ ታሪክ ሲተርክ፣ ተረት ሲተርት ማለቂያ የለውም። እኔ እንኳን ያባቴን ያህል ያገራችንን የኢትዮጵያን ታሪክ ብሰማው የምወደው ካያቴ ነበር። አባቴን የወለደው በስተርጅና ሆነና ሳልጠግበው ሞት ቀደመው እንጂ። ታዲያ የእርጅና

ይሁን አላውቅም ያገራችንን ታሪክ መንገር የጀመረ እንደሆነ አያቴ ነገሩ ሁሉ ይረዝምበታል። <<እሺ በጄ!>> ማለቱ ይሰለቸኛል። ደጋግሜ <<እሺ በጄ!>> ያልኩም እንደሆነ የለበጣ፣ የይስሙላ ይመስለብኝ ይሆን እያልኩ ዝም እላለሁ። ያን ጊዜ ሰይጣኗ የሚመጣው የናቴ ነው። ትቆጣለች! ትጦፋለች ! እናቴ እንጀራዋን ታሰፋም እንደሆን ተወት ታደርግና፣ ሽሮ ቢጤ ማንተከተከም ይዛ እንደሆን ማማሰያዋን በብረት ድስቱ ጆሮ ላይ ታደርግና፤ <<እሺ በላቸው እንጂ ! በጄ በላቸው እንጂ! ምን ታስለፈልፋቼዋለህ>> ትለኝ ነበር። ደብተርና እርሳስም ይዤም እንደሆን <<በል እኮ ጻፈው እንዳይረሳህ!>> ትለኝ ነበር እናቴ ነፍሷን ይማረውና። ታዲያ እናቴ ለካስ እንጀራዋን የምታሰፋ መስላ፣ እዚያው በዚያው ደግሞ ጓዳዋ እንዲሞላላት ደፋ ቀና እያለች የምታዳምጠው አያቴን፣ ያባቴን አባት ኖሯል። ለሷስ በጋብቻ የተዛመዳት የልጁ ሚስት፣ የኔ እናት እንጂ ለአያቴ ምኑም አይደለች። ብሄር በሚሉት አዲሱ ቋንቋም ቢሆን አማራ ወይም ትግሬ አይደለች፣ የአመያ ኦሮሞ ነች። ታዲያ ጥሎባት አያቴን ስትወደው ለብቻው ነው። የአድዋ ድል ታሪክ ሲነሳ እናቴም አያሰችላትም። <<ዕድሜ ሰበራቸው እንጂ ጀግና እኮ ናቸው። በልጅነታቸው ደጃች ባሻህ አቦዬን ተከትለው አድዋ የዘመቱ እኮ ናቸው። በማይጨው ጦር ሜዳስ ቢሆን አንድ ወንድ ልጃቸውን አስከትለው በቦምብና በመርዝ ጪስ ሳይቀር የቆሰሉ የተቃጠሉ፣ የተጠበሱ እኮ ናቸው>> ትልለታለች፣ ታዝንለታለች። ባልጋ ላይ መዋሉ ለእናቴ የተረፋት የባሏን አባት ማስታመም አንዴ <<በግራ ጎኔ አገላብጭኝ፣ ሌላ ጊዜ <<በቀኝ ጎኔ መልሽኝ>>፣ መባሏ እየመሰላቸው፤ ረከቦታቸውን ዘርግተው፤ ሰንደላቸውን ለኩሰው አቦል ቡናቸውን ፉት ካሉ በኋላ ጨዋታ ብለው ያያቴን ነገር ባዘኔታ ለሚያነሱላት ጎረቤቶቿ የምትመልስላቸው <<እሳቸው ባልጋ መዋላቸው የሚያስከፋቸው አንሶ እኔ ለምድሩም ለሰማዩም ደግ ሰራሁ ብዬ የምማረር አይምሰላችሁ>> እያለች ነበር። ያያቴ ሬሳ ከቤት የወጣ ዕለት መሬት አልበቃ ያላትስ እናቴ ነበረች። አባቴስ የአባቱ ሞት የወንድነት ክብሩን ይቀንስበት ይመስል ያው እንደ ወንድ ጆሮ ግንዱን ይዞ <<ወይኔ አባቴ>> አለ እንጂ እንደ እናቴስ እንደ ሴቷ <<ዋይ! ዋይ!>> አላለም ። ደረቱን አልደለቀም። መሬት ተከፍታ ትውጠው ይመስል ከምድር አልተንከባለለም። ያያቴስ ሞት አባትነቱ ለእናቴ እንጂ ላባቴስ አልመሰለም ነበር። የዚያን ዕለት እርግጥ ወንድ በዚያን ዘመን እንደሚያደርገው እንደ እናቴ እንደ ሴቲቱ እሱም ነጠላውን ጥቁር ቀለም አስነክሮ ከል ለብሷል። እናቴም እኮ ካረፈች መንፈቅ አልፏታል። መቼም ምንም ቢሆን ሙት አመቷን ሳላወጣ አልቀር! ሌላው ቢቀር ከወደቀችበት ከዮሐንስ ጓሮ ሄጄ <<እንደምን ነሽ? ደህና ነሽ? እኔ ደህና ነኝ፣ ትንሽ አብደሃል ተብዬ ከምኒልክ ሃውልት ስር ተገትሬ ከመዋል በስተቀር ደህንነቱንስ ደህና ነኝ>> ሳልላት አልቀር። የጧፍ መግዣውን <<እብድ ነህ>> ብሎ ቄስ ገበዙ አልቀበል ካላለኝ በስተቀር እናቴንስ ወግ ማዕረጉን ሳላሳያትም አልቀር። ነፍሷን ይማረው የእናቴንስ፣ እንደአያቴ አባቴም እነርሱን በሞት ከተከተላቸው ይሄው አርባው የጥር አስተርዮ

ማርያም ዕለት አይደል? የሱስ ሞት ትውስ ሲለኝ ይሰነፍጠኛል። ገና ከልቤም አልወጣ፣ እኔስ የገረመኝ ሰዉ የፀጉሬን መላጨት የደፋሁትን ጥቁር ቆብ እያየ ምነው ምን ሞተብህ? ብሎ የሚጠይቀኝ መጥፋቱ ነው። አይ ኢትዮጵያ! አይ አገር! ባባቶቻችን ቀርቶ በእኛ ዕድሜ የማይታወቀው መጨካከን የከፋበት ዘመን እንዲህ ቅርብ አልመሰለኝም ነበር እኔስ። አባቴንም ነፍሱን ይማረው! ታዲያ ድንገት እሱም በሆነ ጉዳይ ከቤት የዋለ እንደሆን እያቴ አይነ ውሀው እስኪደፈርስ ድረስ ትውስ ብሎት የሚያወራለት፣ እሱም ባፍላ የጉርምስና ዕድሜው አብሮ የዋለበትን የማይጨው ጦር ሜዳን አልነበረም። ኢጣሊያ እንደገና ኢትዮጵያን ለመበቀል የፈፀመችውን ወረራማ ያባቴም ያያቴም የጋራ ታሪካቸው ነበር። ጀብዳቸው፣ ቁስልና ደማቸው፣ ውሃ ጥምና እርዛታቸው፣ የጋራ ጉዳያቸው ብቻ ሳይሆን ለእኔና ለእድሜ ጓደኞቼ ገልጠው የሚያሳዩት የሚሞካሹበት ጌጣቸው ነበር። አባቴም ሊሰማ የሚወደው እሱን አይደለም። አያቴም ከአባቴ ጋር ማውራት የሚወደው እሱን አይደለም። አድዋን ነው። አባቴ ያልኖረበትና ያልዋለበት ነውና ቢሰማው የሚወደው፣ ቢደገም፣ ቢነገር የማይሰለቸው አድዋን ነው። እናቴም ለገበያ የሚያደርሳት አባቴ እቤት የዋለ ዕለት ነው። ታዲያ አያቴ ስለ አድዋ ማውራት የጀመረ እንደሆን ማሳጠሪያ፣ መመለሻ የለውም። እኔም ይሄው እየታወቀኝ መቁነጥነጥ ስጀምር የሚያውቅብኝ አባቴ ነው። <<እንግዲህ ጀመረህ! የዛሬ ልጆች ቶሎ ትዕግስታችሁ ያልቃል!>> ይለኛል። ታዲያ እኮ የዛሬ ልጅ አይደለሁም። እንዲያው ለአባቴ እርግጥ ልጁ ነኝ እንጂ። በዕድሜዬም ከፍ ያልኩ ነኝ። ቢሆንም ለአባቴ አንድም ቀን ሲናገረኝ መልስ ሰጥቼው፣ አክብሮቴን ነፍጌው አላውቅም። አንገቴን አቀርቅሬ እሰማዋለሁ። ድምፄ መጥፋቱ አያቴ አድዋን አንዴ በዚህ መልኩ ሌላ ጊዜ ደግሞ በዚያ መልኩ ላባቴ ሲተርክለት ለመስማት እኔም በፀጥታ የተዘጋጀሁ መሆኑን የታወቀው ይመስል አባቴ አባቱን <<በጄ>> ይለውና ወደ እኔ ሲመለከት እኔም አባቴ ያለውን መልሼ <<በጄ>> እላለሁ። አንድ ቀን ምን እንደነካኝ አላውቅም አባቴን አክብሮት ነሳሁት። <<የሶስት ሺህ ዓመት ታሪክ ለመስማት ሶስት ሺህ ሶስት ሌሊት ቁጭ ብዬ ማዳመጥ አለብኝ እንዴ!>> ብዬ ብልጭ ብሎብኝ አባቴን ተናገርኩት። ያ ቀን አሁን ድረስ ትዝ ይለኛል። አባቴም አንዳንድ ጊዜ ነገር አለው። የሚያስቆጣ፣ ደም የሚያፈለው፣ እንኳን ልጅ አዋቂ ያጠፋዋል የማይባል ጥፋት ሲጠፋ፤ ያ ቁጣው ይቀርና ይጨምታል። አንደበቱን ሰብሰብ፣ ምራቁን ዋጥ አድርጎ ሲናገር ያ የማውቀው፣ የማያስቆጣው የሚያስቆጣው አባቴ አይመስልም። ታዲያ ምን ብሎ መለሰልኝ መሰላችሁ? <<እርግጥ እውነት አለህ>> ብሎ ንግግሩን ጀመረልኝ። እንደ ወትሮው ቢሆን አጉል ነገር ስናገር ወይ እንደ ልጅ ያጠፋሁም እንደሆን በሽመል ሊያገላብጠኝ <<እኮ ና ወዲህ፤ ጠጋ በል እኮ ነው ምልህ>> ማለቱ ቀርቶ አጥንት ሰብሮ የሚገባ ጉዳይ ሊናግረኝ እንደሆን የገባኝ የዚያን ዕለት ነበር።

<<እርግጥ እውነት አለህ!>> ሲል አይጀምር መሰላችሁ አባቴ ግሳፄውን። ቀጠል አደረገና

■ ■ ■ አድዋ ከዋዜማሽ እስከ ድል ቀንሽ ■ ■ ■

<<ለሶስት ሺህ ዘመን በነፃነት የኖረች አገር ታሪክ ለመስማት ሶስት ሺህ ሶስት ሌሊት መቀመጥ አያስፈልግም። ምናልባት ግን የሚሆን፣ የሚቻል ከሆነ ሶስት ሺህ ጊዜ መስማት መታደል ነበር። ባገራችን የብሔራዊ ነጻነት ጥቅም በሰፊው ባልተሰበከበት አገር አባቶቻችን ዕድሜያቸው እስከፈቀደ ድረስ የሚነግሩንን ብንሰማ የተሻለ ነው። ይህ እድል ኋላ አይገኝም። ለነገሩማ አንተስ ትምህርት ቤት ሄደህ የለ! እስቲ ስለኢትዮጵያ ህዝቦች ታሪክ የተማርከውን ንገረኝ?>> ብሎ አባቴ አፋጦ ቢይዘኝ የምመልሰው ጠፍቶኝ አንዳቀረቀርኩ መቅረቴ ትዝ ይለኛል። ያኔ ነው አያቴን በትዕግስት ማዳመጥ፣ ታሪክ ይሁን ተረት ማስጨረስ እንዳለብኝ የተገነዘብኩት። ደብተርና እርሳሴን ይዤ፣ ኋላ ታሪኩ እንዳይጠፋኝ እጽፈው ጀመር። አሁን ድረስ በእብድ ኮሮጆዬ ይዤ የምዞረው እሱኑ አይደል። ሰዉ ምንም እብድ ብሆን በሥላሴዎች አምሳል የተፈጠርክ የሰው ፍጡር ነህ ብሎ የሚያዳምጠኝ ወይም እስቲ አስነብበኝ ከሚል ወጣት ጋር ብገናኝ ብዬ አይደል በኮሮጆዬ ይዤ የምዞረው! ታዲያ አያቴ በአድዋ ጦር ሜዳ የዋለበትን፣ ያየውን ያጋጠመውን ካሁን አሁን ለአባቴ ጀመረለት፤ አልጀመረለት ስል <<እናት ዓለምዬ>> እያለ ተጣራ። የኔን እናት የልጁን ሚስት መሆኑ ነው። <<እናት ዓለምዬ ነይ እስቲ ደሞ ወደ ቀኝ ጎኔ አገላብጭኝ። በግራው ጎኔ ዋልኩበትና ደነዘዘኝ>> ብሎ ገና ተናግሮ ሳይጨርስ አባቴ ተቀበለው።

<<እናት ዓለም እኮ የለችም። ዛሬ ሐሙስ አይደል ሐሙስ ገበያ ሄዳለች። ለማገላበጥማ እኔ ልጅህ አለሁልህ አይደል! ማይጨው እዚያው ያድዋው ቁስልህ ላይ ደግመህ የቆሰልክስ ጊዜ እኔው አልነበርኩ የደረስኩልህ>> ብሎ አባቴ መለሰለትና ያን የዋለበትን ግራ ጎን ሊያሳርፍለት እንደምንም ብሎ በቀኝ ጎኑ አገላበጠው።

<<እኔማ እናት ዓለም ብዬ መጣራቴ እኮ አንተም ልጄ ሽምግልናው ተጠግቶህ ምን ጉልበት ቀረህ ብዬ እኳ ነው። ደከምከም ማለትህን እኮ ማስተዋሌ አልቀረም። እኔን ማገላበጡ አልሆንልህ ቢል ያው እናት አለም ምንም መውለዱ ቢደጋገምባትም የዕድሜ ልጅነት ስላላት የሷ ጉልበት ካንተ ያነሳ እንደሆን ብዬ ነው። ለነገሩማ በማይጨው ጦር ሜዳ ቦምቡ ሲገሸልጠኝ፣ መርዝ ጭሱ ሲጠብሰኝ፣ የልጅነት ውለታህ ተዘንግቶኝም አይደል>> አለው አባቴ እያቃሰተም ቢሆን በዕድሜውም፣ በበሽታውም፣ በችግሩም የዛሉ፣ የጠወለጉና የኮሰሱ እጆቹን ባያቴ ክንድ ዙሪያ አድርጎ በቀኝ ጎኑ እንደመመቻቸት ብሎ። አያቴ አይኖቹ ደክመው እኛን እኛን እንኳን ማየት ባይሆንለት እኛ አይን አይኑን እያየን ታሪኩን ቢተርክልን ብሎ ነው አባቴ።

<<ቢሆንም በቀኝ ጎንህ ቢመሽልህ ይሻላል። እናት አለም ከገበያ ስትመለስ ደግሞ በግራ ጎንህ ታገላብጥሃለች>> አለውና ወዲያውኑ ደግሞ ቀጠል አደረገና

<<እናት ዓለም እኮ ለየካቲት ሃያ ሶስት ጠበል ጠዲቅ ካላረግን ብላ እኮ ነው ስንዴውን፣ ጌሾውን፣ ገብሱን፣ ብቅሉን፣ የሚሆነውን ሁሉ ልትሸምት ሃሙስ ገበያ በማለዳ የወጣችው>> ሲል ድምፁን ከፍ አድርጎ አያቴ እስኪሰማው ድረስ ደጋግሞ ጆሮው ድረስ ጠጋ ብሎ ነገረው። አያቴ የዚህ ጊዜ የካቲት ሃያ ሶስት ሲባል ሰውነቱን የሚነዝረው ንዝረት ይነዝረው ጀመር። ዕለቱ ዕለተ ጊዮርጊስ በመሆኑ ብቻ አልነበረም። አያቴም ሆነ አባቴ እርግጥ ጊዮርጊስን ያከብሩታል። ስርዓቱን አንድም ቀን አስቀርተውበት አያውቁ። ታዲያ አያቴ ትዝታው እንደገና ባይነ ውህው እየመጣ እዚያው በዋለበት አልጋ በአይኑ ተረተር እንባው ጉልል እያለ የሚወርደውስ በልጅነት እድሜው አባቱን ተከትሎ ደጃች በሻህ አቦዬ ከአማራው አገር ጦር አሰባስበው፣ ክተት ብለው፣ ሲነሱ እሱም አብሮ የዘመተበት የአድዋ ጦር ሜዳ ፊቱ ላይ ውልብ እያለበት አይደል!! እኔ ምንም ልጅ ብሆን አያቴ ዕንባው እንደ ገደል ውሀ ኩልል እያለ ሲወርድ፣ መናገር አቅቶት ሲቃ ሲተናነቀው፣ አይቼ

<<አያቴ እውነት አለው! ምነው አይሸነቁጠው>> እስከማለት አድርሶኝ እንደነበር ዛሬ ድረስ ይታወሰኛል። ኢትዮጵያ በጎዳሊ ፣ በአምባለጌ በመቀሌ ያገኘችውን ድል ተበቅሎ በቅኝ ግዛትነት ሊይዛት የመጣውን የኢጣሊያ ወራሪ ጦር አድዋ ላይ ድል መምታቱ የሚፈጥረው ስሜት እንደዘመኑ እንደጊዜው ተፈራራቂ መሆኑ የገባኝ እኔስ የዚያን ዕለት ነው>> ብሎ ቀና ቢል ለብቻው ማውራቱ አድማጭ የሳበና ያሰባሰበ አልመሰለውም ነበር ፈቃዱ ሞላ። እነስርጉትና ባዮሽ፣ ነሲቡና ሰይፉ ብቻ ሳይሆኑ ሌሎችም የዩኒቨርስቲ ተማሪዎችና አገር ወዳዱ አላፊ አግዳሚ በዙሪያው መሰብሰብ ጀምረው ኖሯል።

ፈቃዱ ሞላ ይህንን ያህል ለብቻው አውርቶ ድንገት አንገቱን ቀና አድርጎ ወደ ምኒልክ ሐውልት ፊቱን መለስ አደረገና <<ምነው ከፈረስህ ወርደህ የባህር በር አስመልሰህ፣ ተመልሰህ እዚሁ ፈረስህ ላይ ብትቀመጥ!! ፈረስህን እንደሆነ የሚወስድብህ የለም። ቅዱስ ጊዮርጊስ እንደሆነ የራሱ ፈረስ አለው ያንተን አይፈልግም። እንዲያውም ይጠብቅልሃል፣ የባህር በሩን አታስመልስም? አንተ እንደሆነ በሰላም የሚሆነውን በሰላም፣ በጠብ የመጣብህንም እንዳመጣጡ የምትመልስ ጥበበኛና ጀግና አልነበርክም እንዴ? እቴጌ ጣይቱ ይምጡ እንዴ? ያደፋፍሩህ? ያቺ ጀግና እመቤት ቆፍጣናዋ ጣይቱ፣ እቴጌ ብርሃኒቱ ትምጣ እንዴ...>> ብሎ ገና ተናግሮ ሳይጨርስ ስርጉት አናግራ ታናገርው ጀመር ።

<<ዛሬ ደሞ ብለው ብለው ራስታ ሆኑ እንዴ ማለቴ እነኚህ እንደሬጌ የሚዘፍኑት አይነት? ማለቴ...>> ንግግሯን አለጨረሰችም። እሱም በደንብ አላዳመጣት። ይልቁንስ ወደስርጉትና ባዩሽ ራመድ አለ።

<<ማን አልሺኝ ልጄ ? ማን አልሺኝ?>> እያለ ተጠጋቸው ።

<<ማን አልሺኝ ልጄ? ማን አልሺኝ?>> አለ አሁንም ደገመና። አነጋገሩ የእብድም አይመስል። የአእምሮ ጤንነቱን ለዚያች ደቂቃ ብቻ መልሶ ያገኘ መሰለ። ስርጉት በጓደኛዋ ባዩሽ ክንድ ላይ ጥብቅ እንዳለች <<እኔማ ማለቴ ... አ... አለ

.. አይደል>> እያለች ብቻ ማለት የምትፈልገውን ለማለት ባፏ እየተልጎመጎመች አይኗ እየሰረቀ የሚመለከተው ለካስ ራቅ ብለው የቆሙትን፤ እነርሱም ባራዳ ጊዮርጊስ የታወቀውን እብድ በየቀኑ እንደ ቤተክርስቲያን ሳይሳለሙና አናግረው ሳያናግሩ፣ ከዚያ ደግሞ ከነስርጉትና ባዩሽ ጋር ሳይዳሩ፤ ቤታቸው የማይገቡትን እነኚያን የቀድሞ የትምህርት ቤት ጓደኞቻቸውን የዩኒቨርስቲ ተማሪዎቹን ነሲቡንና ሰይፉን ኖሯል። ወንዶቹም እነ ስርጉትን እንዳዩዋቸው ካሁን አሁን <<ጋሼ ፈቃዱ እብዱ>> እያሉ የሚጠሩት ያራዳ ጊዮርጊስ <<እብድ አይሉት ጤነኛ>> አንድ ነገር ያደረጋቸው ይሆን ብለው የሰጉ ይመስል አይናቸው ወደዚያ አማተረ።

<<እኔማ ዛሬ ደግሞ ብለው ብለው ጋሼ ፈቃዱ ራስታ ሆኑ እንዴ ነው ያልኩት፣ አለ አይደል እነኚህ እንደ ሬጌ የሚዘፍኑት፣ እነርሱን መሰሉ ማለቴ ነው እንጂ እየሱስን ማሸሚጠጤ አይደለም>> አለችው። እርግጥ ፍርሃት ፍርሃት ብሏታል። ባዩሽን እንዴት አርጋ ከክንዷ ላይ እንደያዘቻት ለተመለከተ ያስታውቅባታል። ስርጉትና ጋሼ ፈቃዱ ግን አሁንም አልተግባቡም። እሱ ከጆሮው የገባ የመሰለው ያው ያንቱታ ጉዳይ ነው።

<<እግዜር ያክብርሽ! አብዷል ቀውሷል ከተባለኩ ወዲህ አለአንቺ አንቱ ሲለኝ የሰማሁት ሰው የለም>> ማለት ሲጀምር ባዩሽ ጣልቃ ገባች።

<<ስርጉት እኮ ያለችው ምነው ዛሬ ደግሞ የኢትዮጵያን አረንጓዴ፣ ቢጫ ቀይ ባንዲራ ጭንቅላትዎ ላይ ያሰሩት እንደራስታዎች፤ እነኚህ ሬጌ ዘፈን እንደሚዘፍኑት የጥቁር አገር ወንድሞቻችንን መሰሉ ነው ያለችዎት>> ስትል ከፈሪነቷ የተነሳ ብዙም ጋሼ ፈቃዱን ትዳፈራቸዋለች የማትባለዋ ባዩሽ ተናገረች ።

<<እንግዲህ እኔ የናንተ አነጋገር ብዙም አይገባኝ፣ ትምህርቴ እንኳ መጀመሪያ ፈረንሳይኛ ቢሆንም እንግሊዝኛውንም በማታ ትምህርት አስከጄው ነበር። ዘመኑ እየራቀ ሄዶ ተረሳኝ እንጂ። በዚህ ላይ አእምሮዬ ከተነካ በኋላ ሁሉም ነገር ጠፍቶብኝ የሚያብሰለስለኝ ሌላ ጉዳይ ሆኖ የእናንተ ንግግር አልገባኝ አለ እንጂ። ታዲያ እኮ ምኒልክ ትምህርት ቤት፣ ኋላም አርበኞች ትምህርት ቤት ስማር የጌታውም፣ የድሀውም፣ የጉራጌውም፣ የትግሬውም የወለጌውም፣ የኢሊባቡሩም፣ የቆቱውም፣ የወላይታውም፣ የሲዳማውም፣ የጉጂውም ልጅ እንደዛሬው ሳይሸነሸን ሁሉም ባንድነት ተሰብስቦ ይማር ነበር። አልፎ አልፎ ጠብና ኩሪፊያ ቢኖርም ዘር ቆጥሮ ወይም በዚህ ባዲሱ ብሄር በሚለው ቋንቋ መለያየት ሳይኖር

መግባባቱና በትምህርት መጎበዙ ለብቻው ነበር። እኔ እንኳን ትምህርቱ ደህና ይገለጥልኝ ነበር። ታዲያ እኮ በምኒልክ ትምህርት ቤት ፈረንሳይኛ እስከ አምስተኛ መማር በዚያን ጊዜ ትልቅ ትምህርት ነበር። እሱ አልበቃ ብሎኝ አይደል በእንግሊዝኛ እንድቀጥል ብሎ አባቴ ነፍሱን ይማረውና አርበኞች ትምህርት ቤት ያስገባኝ። እኔ ግን ከትምህርት ሁሉ አለ ታሪክ ትምህርት የምወደው አልነበረኝም። በተለይማ የኢትዮጵያ ታሪክ ሲገባኝ ለብቻው ነበር። በቃሌ ሳይቀር አንበለብለው ነበር። አሁንም ተናግሬ ቢወጣልኝ የምወደው እሱኑ ነበር። እብድን ማን ከቁም ነገር ቆጥሮት ያዳምጠዋል እንጂ>>

ስርጉትና ባዩሽ አንድ ሲናገሩ ሺህ ስለተመለሰላቸው ተገርመው ይስቁ ጀመር። ፍርሀቱ ለቀቅ፣ ጭንቀቱ ረገብ ብሎላቸዋል። እነኚያ ፈንጠር ብለው የቆሙትም ነሲቡና ሰይፉ ወደ እነ ስርጉት ጠጋ ብለው ስለነበር በፈቀዱ ሞላ መልስ ተገረሙ።

<<ጋሼ ፈቃዱ ያልተጻፈ የሚያነብ ይሁን እንጂ ለካስ በጥሞና ካወሩት እንደ ታመመ እብድ ሳይሆን እንደጤነኛ ሰው አስተካክሎ ይመልሳል>> አለ ነሲቡ አጠገቡ ለቆመው ሰይፉ። እሱም ራሱ ቀጠል አደረገና ደግሞ <<እብድ ሁልጊዜ እኮ እብድ አይደለም። የሚጠናወተው ጊዜና ሰአት እየለየ ነው። ታዲያ ጤናም በሆነበት ሰዓት አንዴ እብድ ተብሏልና ንግግሩን ሁሉ በጥርጣሬ መመልከት የማይቀር ነው>>።

<<እሷስ ቢሆን አዲሱ ያገሪቱ መሪ ብጣሽ ጨርቅ አለ የተባለውን አረንጓዴ፣ ብጫ፡ ቀይ ባንዲራ ባናቱ ላይ ማሰሩን ትታ ከራስታና ከሬጌ ይልቅ እንደ ባህታዊ የተንጨባረረውን ፀጉሩን አባ ጉኒናን፤ በጁ ጋሻ ለማስመሰል ዳርና ዳሩን በሽማኔ ድር ቋጥሮ መሀሉን አጎርጉዶ የያዘውን አሮጌ ሳፋ ሳህንና የታጠቀውን አሮጌ ፎደሮ አይታ ባህታዊ ወይስ አባት አርበኛ ለመምሰል ነው አትለውም ነበር>> ሲል ሰይፉ መለሰለት።

ነሲቡ ያልተስማማበት አነጋገር ሆነበት።

<<ምን ነካህ ! ምን ነካህ ! አንተ ደግሞ! ይኼማ ይበልጥ አሳብጂው አትላትም። ጦር የያዘ ለመምሰል በእጁ እየሰበቀ አላፊ አግዳሚውን ሲያሰኘው የሚያስፈራራበትን ዘንግ ቢወረውርባት ከብሽሽቷ እኮ ነው የሚሰካው። ያው ራስታ ብትለው ይሻላል እንጂ። በዚህ ላይ የእብደት መደሃኒት ይመስል የአረንጓዴ፣ ቢጫ፣ ቀይ ብጥቅጣቂ ጨርቅ አናቱ ላይ ሳይቀር ማሰሩን አይታ ኢትዮጵያዊ አትለው ነገር አዲሱ መንግስት የማይወደው የቸገረ ነገር ነው። ብሄር አትለው ብሄር ምን እንደሚመስል እንደ እኔና አንተ ተመስሎ ቆሞ ሲሄድ አላየችም። ብሄር ምን ይመስላል ብላ መንግሥትን አትጠየቅ ነገር የብሄርን ትርጉምና ምንነት ጠፍቶሽ ሳይሆን የብሄርን መብት ለመካድ ፈልገሽ ነው በሚል በትምክህተኛነት ብትፈረጅስ?

ቢቸግራት አይደል እንዴ ራስታ፤ የሬጌ ዘፋኝ መሰልክ ያለችው? እውነት ብላለች ስርጉት>> ሲል መለሰለት።

ይህንን ሲነጋገሩ ፈቃዱ እብዱ ወደነስርጉት ጠጋ እንደማለት አለና ወዲያውኑ ደግሞ ከመሬት ላይ ወድቆ ያየውን የዶሮ ላባ አነሳና በዚያ በተንጨበረረው ፀጉሩ ላይ ሻጥ አደረገው። የዚህ ጊዜስ ሳቋ ያወላከፋት ባዩሽ ነች። ከስርጉትም የባሰች ፈሪ እሷው ሆና ሳለ ሳቋ ቡፍ ቡፍ ያሰኛት አልበቃ ብሏት እንዲያውም ይባስ ብላ አፍ አወጣች።

<<ጋሼ ፈቃዱ ሬድ ኢንዲያን መሆናቸው ነው እንዴ?>> አለችው።

<<ጥያቄም ሆነ ንግግር በተራ ነው። እሷ ለጠየቀችኝ ሳልመልስ ያንቺ ጥልቅ ማለት ምን ይባላል? እኔ ገና ምን አልሺኝ ስላት እየሰማሽ እንዴት ጥልቅ ትያለሺ? ተማሪዎች አይደላችሁም? ደብተርና መፅሐፍ ይዛችሁ የለም እንዴ? አስተማሪያችሁ ማን ይባላሉ? ሲኞር ዲሜትሪ እንዳይሆኑ ብቻ አስተማሪያችሁ? እሳቸው ካባታቸው የወረሱት የአበሻ ህዝብ ንቀት አለቀቃችሁም መሰለኝ! ደግ ደጉን ሥነ ሥርዓቱን፣ የንግግር ቅደም ተከተሉን፣ አንዱ ሲናገር ሌላው ማዳመጡን የሥልጣኔውን አቤጊዳ አላስተማሯችሁም መሰለኝ። ከላይ ከዳገቱ፤ ከበላይ ዘለቀ መንገድ ስትመጡ እኮ አይቻችኋለሁ። እነዚህስ የጣሊያን ትምህርት ቤት ተማሪዎች ናቸው ብዬ ጠርጥሬ ነበር። አልተሳሳትኩም። ዱሮስ ወራሪ ቀናውን፣ ደግ ደጉን መች አስቦልን ያውቃል። ላስተምራችሁ ላሰልጥናችሁ ሲለን ላደንቁራችሁ ስርዓት እጡ ርስ በርስ ተናከሱ በቅኝ ለመግዛት ለኔ የሚመቸኝ ያኔ ነው ብሎም አይደል! ይሄው ምስክሬ እምዬ ሚኒልክ ነው። ለመሆኑ ከትግራይ ተነስቶ አዲሳባ ስለገባው መንግሥት ምን ታስባለህ ብትሉት ኧረ እኔን መጠይቁን ትታችሁ እናንተው እወቁበት ብሎ ቅሬታውን ዋጥ አድርጎ ይነግራችሁ ነበር።>>

ወደ ህውልቱ የዘረጋውን እጆቹን መለስ አደረገና <<እኔስ ሃሰቴን እንደሆን አንተ መስክርልኝ ብየው ነበር። በማን እንዳኮረፈ ልቡ እያወቀ ዝም አለኝ እምዬ ምኒልክ። የራሱ ጉዳይ! እኔ ምንቸገረኝ የሚያናግረው አጥቶ እዚሁ እንደ ተክል ድንጋይ ከተተከለበት እንደተገተረ ይቀራል እንጂ እኔ እንደሆን የሚያናግረኝ አገኝቻለሁ>> አለና ደግሞ ወደ እነ ስርጉት መለስ አለ።

<<ቀድማ ያናገረችኝ፤ የጠየቀችኝ ቀረች እና ይቺ በመሃል ጥልቅ አለች እኮ እባካችሁ! እስቲ ለዛችኛዋ መልስ ልስጥ! እኮ ምን ነበር ያልሽኝ?>>

ስርጉት እና ባዩሽ አንገታቸውን ከማቀርቀር በስተቀር አንድ ሲናገሩ ሽህ ስለተመለሰላቸው

አልተደናገጡም። ጤና አለመሆኑ ቢሰማቸውም ያሁኑ ይበልጥ ጨዋታ የመፈለግ የመቀራረቢያ ቋንቋ እንደሆነ የገባቸው መሰሉ። ወንዶቹም የፈቃዱ ሞላ አነጋገር የህመም አድርገው አልተረጎሙትም። <<እብድና ዘመናይ የልቡን ይናገራል>> የሚባለው አነጋገር ለነሲቡና ሰይፉ አዲስ አነጋገር ባለመሆኑ በነጋ በጠባው ፈቃዱ ሞላን ክፉ ደግ ሳያናግሩ በተለይም ባዲሱ በህወአት የበላይነት በቆሞው ኢህአዴግ መንግስት ላይ የሚወረውረውን ተርበኛ አነጋገር እንደ ውዳሴ ማርያም ሳያዳምጡ ቤታቸው አይገቡም። አንዳንድ ጊዜ ፈረንሳይ ቀመስ ትምህርቱ ትዝ ሲላቸው ፈረንሳይ ትምህርት ያላቸው ቶሎ ይቀውሳሉ የሚባለው የከተማው አነጋገር አብሮ ይታወሳቸዋል። በምሳሌነት የሚጠቀሱትን የቀድሞዎቹን የፈረንሳይ ተማሪዎችና ከተሜው <<የነካቸው፣ የነካካቸው>> እያለ የሚጠራቸውን እብዶች አቶ በዛብህንና ታናሽ ወንድሙን ክፍሌን ያነሳሳሉ። ይህ ሆኖ ነሲቡና ሰይፉ ከስርጉትና ባዩሽ ጋር ተደርበው <<ጋሼ ፈቃዱ እብዱ>> እያሉ የሚጠሩትን የምድር ጎስቋላ አናግሮ ማነጋገሩን ያቀናጁት ጀመር።

<<ምነው ባዩሽ? ስለራስታና ሬጊ የሚያውቁት ላይኖር ይችላል። እሱን ትተሽ ባማርኛችን እነኚያን ቀይ ህንዶች ለምን እንደመሰሉ ብትጠይቃቸው አይሻልም>> ሲል ነሲቡ ያንኑ ባዩሽ ቀደም ሲል የተናገራችውን ጣልቃ ገብቶ ተናገረ ።

<<እኔማ ያልኩት ጋሼ ፈቃዱ ዛሬስ ብለው ብለው ራስታ ማለቴ፣ የራስ ተፈሪ፣ የቀድሞው የኛ ንጉሠ ነገሥት፣ የጃንሆይ ተከታይ ነን የሚሉት አይነት፣ አለ አይደል፣ እነኚህ የሬጊ ሙዚቃ እንደሚጫወቱት መሆናቸው ነው እንጄ ስል ጊዜ፣ ባዩሽ ደግሞ የዶሮ ላባዎቹን ከመሬት ሰብስበው በፀጉራቸው ላይ ሻጥ ሲያደርጉት ጊዜ አለ አይደል! ባዩሽ ደግሞ ሬድ ኢንድያን መሆን ጭምር ያማሮት መሰላትና ነው እንጂ፣ አለ አይደል፣ ... >> ፈገግም፣ ፈራ ተባም እያለች መጽሐፍና ደብተሮቿን ከያዘው እጇ መሃል አንድ ጣቷን አፏ ውስጥ ከተት እንዳደረገች በሌላው እጇ የባዩሽን ክንድ እንቅ አድርጋ ሰንድል ጫማ በነጭ ካልሲ ካደረጉት እግሮቿ አንዱን ካውራ ጣቷ በኩል ሰበር አድርጋ መሬቱን ቆፈር ቆፈር እያደረገች ተናገረች።

ይህንን ሲመላለሱ ፈቃዱ ሞላ ለካስ በደንብ አዳምጧቸው ኖሯል።

<<እውነታችሁን ነው። እብድ ነው ዛሬ እንኳን መለስ ቢልለት አትመኑት ለማለት ፈልጋችሁ ከሆነ በግልፅ አትናገሩም? ፈቃዱ ሞላ ራስታ አያውቅም ያላችሁ ማነው?>> እንደጦር የጨበጠውን ዘንግ አቅጣጫ ለማሳየት ያህል ቀና አደረገና <<ያቡነ ጴጥሮስን ቁልቁለት ወርዳችሁ፣ ሃብተ ጊዮርጊስ ድልድይን እንደተሻገራችሁ፣ ወደ ቁጭራ ብትዘቀዘቁ፣ ጎጃም በረንዳ ፊት ለፊት ካለው በሳጠራ ተከልሎ በሶስት ብር ከስሙኒ ከሚከራየው አልቤርጎ ትደርሳላችሁ። ከዚህ ወጣ ብላችሁ፣ መሃመድ አሊ ሻይ ቤት ብትገቡ፣ አንድ

የራስ ተፈራ ተከታይ ነኝ የሚል ከባህር ማዶ ጥቁር ወንድሞቻችን አገር የመጣ ሰው ታገኛላችሁ። ካልቤርጎው ብታጡት ከሻይ ቤቱ አታጡትም። በጥዋትም ብትሄዱ የከረመ ሽልጦውን በከሰል እሳት እያንቃቃ በረሀብ የታጠፈ፤ በብርድ የተላወሰ አንጀቱን ሲያፍታታ ታገኙታላችሁ። ሳይቸግረው ካገሩ ወጥቶ ኢትዮጵያ የነፃ ህዝብ አገር ነች ሲሉ ሰምቶ፤ ከኛ ተርፋ ከባርነትና ከቅኝ አገዛዝ ነፃ ለመውጣት ለሚሟገቱ ሁሉ መጠጊያ መስላው፣ እኛ የተወለድንባት መድረሻ ማጣታችንን የሚነግረው አጥቶ፣ በችጋር የሚጠበስ ራስታ ነኝ የሚል ሰው አውቃለሁ። ማወቅ ብቻ ሳይሆን ሰላምታም ተለዋውጠን ነበር። አብረን መዋላችንን ሰዉ እያየ፣ እብድ ለእብድ አይተጣጣ፣ እያለ ቢያሽሟጥጠኝ እዚህ አራዳ ጊዮርጊስ እምዬ ምኒልክ ሐውልት ስር ተገትሮ መዋሉን አስመረጠኝ እንጂ! ታዲያ በአድዋ ድል በዓል ዋዜማ ከእምዬ ምኒልክ ሐውልት ስር ቆሜ <<የባህር በር፣ የባህር በር፣>> እያልኩኝ መጮሁን ተወት አደርግና፣ ኢትዮጵያ ልጆቿን መሰብሰብ አቅቷት በመበታተን ላይ ነች ብዬ ልናገር እልና፣ እምዬ ምኒልክ ይህንን ሰምቶ ባለቤቱ እቴጌይቱ ጣይቱ፣ ብርሃኒቱ በሌለችበት ድንገት ከፈረሱ ወድቆ ከመሬት ቢከሰከስ ማን ያስታምመዋል? እያልኩ ዝም ብል እናንተን የመሰለ አናግሮ አናጋሪ አዘዘልኝ። ታዲያ እኮ ያ ራስታው የኔው ብጤ እብድ በያለበት ሲያደነቁር የሚውለውን ሬጊ ሙዚቃ ሲሰማ ብቻ ነው እዚያው ተገትሮ ከሚውልበት ነቅነቅ፣ ነቅነቅ፣ ሳቅ፤ ሳቅ፤ ፈገግ፤ ፈገግ እያደረገው ዳንኪራ እስከመርገጥ የሚደርሰው። ሰዉ ግን እብደቱ ተነሳ ይለዋል። አዬ ፋሪስ በልቶ ነው ያበደው ይሉታል። እኔ እንኳን እነኚህ ልጆች አዲስ አባ ገብተው በትረ መንግስቱን የጨበጡ ዕለት እንደገና ደግሞ ይሄው በሽታዬ ተነሳብኝ እንጂ በጠበሉም በእምነቱም እያለች ነፍሷን ይማረውና እናቴ፣ ደህና ተሽሎኝ ነበር። ታዲያ ያኔ መጀመሪያ እንደማንቀጥቀጥ አድርጎ የጀመረኝ የሰው ሬሳ አይቼ ነው። ነሐሴ አሥራ ሶስት ያመቱ ሩፋኤልለት፣ ቀኑን ሙሉ የጣለው ዝናብ ጎርፍና መጥለቅለቅ ሆኖ ያቡነ ጴጥሮስ ሐውልት አቀበት ወጥቼ ከጊዮርጊስ ከመሳለሚያው ልደርስ ትንሽ ሲቀረኝ ይሄ ጎርፍ ከላይ ይዞት የሚወርደው ለካስ በየስርቻው እየተገደለ የተጣለ የወጣት የሴት፣ የወንድ፣ አስከሬን ኖሯል። የደሙ፤ የፈርሱ፣ የትም ያደረው የሰው ሬሳ ተነፍቶ! አንዳች አክሎ ከላይ እየተነሳፈፈ ሲወርድ፤ ገሚሱ ስልክ እንጨት እየያዘው ሲቀር ያንዲት ፀጉረ ረጅም ወጣት ሴትና ቀይ ዳማ ወንድ ልጅ ሬሳ እግሬ መሃል ይገባል። እንዴት ልሁን፣ ከመሬት ያልተነሳውን እግሬን ብድግ ላርግህ ብለው ተሰቅሎ የቀየው አንዱ እግሬ ተመልሶ ማረፊያ እስካሁን ባይኔ ላይ በምትሄደው ወጣት ሴት ልጅ ሬሳ ላይ ሆነ። መልሼ ከነበረበት አልመልሰው ያ ከላይ እየተገፋ የመጣው የዚያ ቀይ ዳማ የመሰለ ወጣት ልጅ ሬሳ ላይ ልቆም ሆነ። ከዚያ በኋላስ የሆነውን አላውቅም። ብዥታው እርግጥ አሁንም አይኔ ላይ ይሄዳል። አዙሮኝ ወድቄ ሰዎች አንስተው ከቤቴ አዳረሱኝ። ይህንን የነገረችን እናቴ ነች፣ ነፍሷን ይማረውና! ከዚያን ቀን ጀምሮ ዕንባዬ ባይኖቼ እየሞላ ማልቀስ፤ ሆድ መባስ አብዝቼ፤ በዚያው ያልፍልኛል ሲባል

ከሳምንትም በኋላ አልሻለኝ ብሎ፤ እንዲውም ለብቻዬ መለፍለፍ ጀመርኩ። ለኔማ ምኑ ይታወቀኛል፣ ከዚያ በኃላማ ያው ዘመዶቼ ቢቸግራቸው አማኑኤል አስገቡኝ። ታዲያ እኮ ብዙ ቢቆይብኝም ደህና ተሽሎኝ ነበር። ሰው አላምን አለኝና ደህና ቢሆን ከዚያው ካራዳ ጊዮርጊስ፣ ከእምዬ ምኒልክ ሃውልት ሥር ምን ያደርግ ነበር? እብድ የሚያስወድደው ያው የተለከፈበትን ሆኖ ነው እንጂ እያለ የሚያምነኝ አጣሁ እንጂ እናቴ ኪዳነ ምህረት ትሰማታለች፣ በሷ ጠበልና እምነት ደህና ተሽሎኝ ነበር። እነኚህ ልጆች አዲስ አባ የገቡ ዕለት ደሞ ተነሳብኝ እንጂ! እንደዚያው እንደ መጀመሪያው፣ እንደ ማንቀጥቀጥ አድርጎ እኮ ነው የጀመረኝ! ሳይቸግረው አንዱ ወጣት እነኚህን የሰሜን ልጆች ኢጣልያ ፋሽስት እንዳደረገው ሰውን በጎሳ፤ በሃይማኖትና ብሄር በሚሉት ቋንቋ ባልከፋፈሉትና ላገራቱም መነጣጠል.... መገናጣጠል ዕውቅና ሰጥተው፣ ባህር በሩንም ባላስወሰዱ ነበር ብሎ ጠልቷቸው ኖሮ አደባባይ ድረስ ወጥቶ ይሰለፍባቸዋል። እነርሱ ደሞ አዲስ አባ ድረስ ይዘውት በገቡት ብረት ለበስ መሃል አስፈልቱን ይዘው ሲሄዱ ይሄ የተከለፈለፈ ወጣት መሃል መግባት፣ አንሳዋ! የሰሜን ልጅ ፣ ምኑ ሞኝ ነው! የሰው ነፍስ እንደ ቅጠል እየቀነጠሱ ካልሆነ አዲስ አባ ገብቶ ስልጣን መያዝ እንደማይቻል አሳምረው ነግረውታል። ታዲያ ይህ ወጣት ወደ ሰማይ ይነሳና ሲፈጠፈጥ እንደከንብንብ አድርጎት የለበሰው የኢትዮጵያ ባንዲራ ከላዩ ላይ ተነስታ አየር ላየር ስትንሳፈፍ አየሁና ከብረት ለበሱ ፊት ቀድማ መሬት የወደቀች እንደሆነ በብረት ለበሱ ላይ የተቀመጠው የወያኔ ተዋጊ የሚዳምጠው መሰሎኝ ምን እንደገፋፋኝ አላውቅም ዘልዬ ብረት ለበሱ መሃል መግባት። እንደምንም ብዬ መሬት የወደቀውን ባንዲራ አነሳለሁ ስል ከየት እንደመጣ እንጃ አንድ የወያኔ ታጣቂ ሌላ የተደበቀ ሚስጥር ያለኝ ወይም ድንገተኛ ጥቃት ለማድረስ መሃል የገባሁ ይምሰለው አላውቅም በሰደፍ ቢለኝ ከመንገዱ ተስፈንጥሬ ከነባንዲራው መሬት ላይ ተንፈራፈርኩ። ለወያኔ ታጣቂ ደግሞ የተነገረው ባንዲራው የኢትዮጵያዊነት መለያነቱ ቀርቶ ትግሬ፣ በትግሬነቱ፣ኦሮሞው በኦሮሞነቱ፣ ወላይታውም በወላይታነቱ ሲጮቆንበት የኖረ የግፍ አርማ ነው ብለው ያስተማሩትን በልቡ ይዞ አቂሞ ይሆናል በሚል ስጋት ነበር እኔስ በመጣበት ፍጥነት በባንዲራው ላይ እንዳይሄድበት ከመሃል መግባቴ። አቀመሰኛ በሰደፍ፣ ከዚያ በቴስታ ቢለኝ እዚያው የተፈነገልኩበት ፍርፍር ማለት ብቻ ሳይሆን ወዲያው ወደ ማጀራቴ አካባቢ ይነዘረኝ ጀመር። የዚያን ክልፍልፍ ወጣት መጨረሻ ሳላይ እኔው ራሴ አይኔ ጭልምልም አለና ወዲያው ማንቀጥቀጥ፤ አይኔ ውስጡ ሳይቀር ግልብጥብጥ አለ፤ ከዚያማ ምን ልበላችሁ! ማውራት ነው፤ መለፍለፍ ነው፤ አሁንማ እንዲያው መለስ ብሎልኝ ነው እንጂ በመለፍለፍ መች በቃህ አለኝና! እንዲዚያው እንደዱሮው ጨርቄን ከላዬ ላይ አያነሳሁ መጣል ጀመርኩ። ያው አባቴም ያኔ በህይወት ነበር፤ ዘመድ አዝማድ ሰባስቦ እዚያው አማኑኤል ጨርቄን ጠቅልዬ ገባሁ። ታዲያ ከዛሬ ነገ ይሻለዋል ሲባል እንዳውም ባሰብኝ። ታዲያ ይሄ ራስታ የጥቁር ወንድምቻችን አገር ሰው

■ ■ ■ አድዋ ከዋዜማሽ እስከ ድል ቀንሽ ■ ■ ■

እብደቱ የሚቀሰቅስበት ደሞ ሬጊ የሚባለውን ያገሩ ሰው የሚያቀነቅነውን ሙዚቃ ሲሰማ ነው ይሉታል። ዝም ብሎ ተገትሮም የዋለለት በሙዚቃውም አማካኝነት እግሩንና እጁን እያወናጨፈ ከውስጥ የሚያብሰለስለውን ለመርሳት ብሎ እርግፍ ፤ እርግፍ፤ ፈገግ ፤ ፈገግ ፤ ሳቅ ፤ ሳቅ ያለም እንደሁ ወይም ደግሞ የሰው አገር፣ አገር የሚሆነው መስሎት እግሩ በረገጠበት አገር የደረሰበትን ጉስቅልና ለመርሳት ብሎም የእግሩንና የእጁን ንዝረት እያቀናጀ እዚያው የቆመበት እንጣጥ እያለና ከባህታዊ የረዘመ ፀጉሩን እያወናጨፈ የተረገረገማ እንደሆነ በቃ ጀመረው አሁንማ ቢብስበት ነው፣ እየተባለ የሚታማውን ራስታ የሰው አገር ሰው ከናንተስ የበለጠ የማውቀውስ እኔ ነበርኩ። የኢትዮጵያን ታሪክ ሲተርክ፣ ስለአድዋ ሲተርክ፣ በማይጨው የኢትዮጵያ አርበኞች በዱር በገደሉ ያደርጉትን የነፃነት ትግል፣ በአለም ማህበርም ኢትዮጵያ አድማጭ አጥታ ብቸኛ የነበረችበትን ታሪክ ሲያነሳሳው አንጀት ይበላል። አንዳንዴም ያሳፍራል። እኔ የማላውቀውንና ያልኮራሁበትን ታሪክ ይሄ ራስታ ሲኮራበት፣ መንፈሱ እየታደሰ ሲሄድ፣ ወዲያው ደግሞ በዚያ በሬጊ ሙዚቃ ይዝናናበት ወይም ይፅናናበት ባላውቅም፣ ምነው የኔንስ እብደት የሱ አይነት ባደረገው ያሰኘኛል። እኔ ግን እብደቴ በዚህች በኢትዮጵያ ምድር የመጣ የሄደው መንግስት ሁሉ የሚያፈሰው የሰው ደም ሆነና አልድን አለ እንጂ!..>>

እነስርጉትና ነሲቡ አይናቸው ዕንባ አቅርሮ እንደፈዘዙ ቀሩ። <<ጋሼ ፈቃዱ እብዱ>> የሚሉት ሰው እብድነቱን ረስተው ንግግሩን እንዲቀጥልላቸው የሚሹ መስለው ፈዘው ቀሩ። እሱ እንዳናገራቸው እነርሱም እንዲያናግሩት መፈልጉ ትዝ አልላቸው አለ። ፀጥ እንዳሉ ቆዮና ድንገት ባዩሽ ከሕልም አለም የነቃች መስላ ለስርጉት አንድ ነገር ሹክ አለቻት።

<<አይ ጋሼ ፈቃዱ ትንሽ ነካ አድርጓቸዋል እንጂ አሁን ማ ይሙት አብደዋል? የልባቸውን ለመናገር ሌላ ዘዴ አጥተው፤ ቢቸግራቸው፤ ቢጨንቃቸው እብድነትን ተቀብለዋል እንጂ እኔስ እሳቸው አብደዋል ብዬ አላምንም። ቢሆንም እብድ ለመባል ካልቆሸሹ፣ ልብስ ካልጣሉ ፤ አብዷል አይባል ነገር ችግሯቸው ነው እንጂ ..>> አለች ባዩሽ ፈቃዱን ሞላን አናገረችው።

<<ጋሼ ፈቃዱ! ጋሼ ፈቃዱ! አሁን እውነት እርሶ እብድ ኖት?>>

<<በዋዜማው ማለትሽ ነው?>> አላት የዚህ ጊዜ ነው ነሲቡና ሰይፉ ሳይቀሩ የጋሼ ፈቃዱን መልስ ሰምተው የተኮረኮሩ ያህል ቡፍ ያሉት። ስርጉትም እጢዋ ዱብ አለ። ከሷስ ይልቅ አፍ ያወጣችውና ደፈር ደፈር ማለቱ የቀለላት ባዩሽ ነች።

<<የቱ ዋዜማ? የምን ዋዜማ ደሞ አመጡ ጋሼ ፈቃዱ? አንዳንዴ እርሶ ደሞ አውቀው እንደ እብድ ያደርጎታል እንጂ ስርጉት ምን እንዳለች ሳይገባዎት ቀርተው ነው?>>

<<ነገሩ ቢገባቸውማ በዋዜማው ብሎ ነገር አያነሱም ነበር። ምናልባት ጋሼ ፈቃዱ በልባቸው የገባ አንድ ነገር ቢኖር ነው እንጂ ይሄን ጊዜ ዋዜማ ብሎ ነገር አያነሱም ነበር ። እብድን አለመናቅ ነው። ብዙዉን ጊዜ የሚናገረው ነገር እኛ ጤነኞቹ ያላሰብነውን ሊሆን ይችላልና በጥሞና ማዳመጥ ይሻላል>> ሲል ሰይፋም ተጨመረበት።

<<ጋሼ ፈቃዱ! ጋሼ ፈቃዱ! ታዲያ ዋዜማ ዋዜማ የሚሉት የምን ዋዜማ ነው?>>

የዚህ ጊዜ ነው ፈቃዱ እብደቱ ይሁን ብስጭቱ ግራ እስኪያጋባና እስከሚያስበረግግ ድረስ እንደ ብራቅ በወንዶቹ ላይ የጮኸባቸው።

<<የታላቁን አድዋ መቶኛ አመት የድል ቀን ዋዜማ ዛሬ መሆኑን አታዉቁም?እንግዲያውስ አንቺንም ይድፋሽ! እናንተንም ወንዶቹን ይድፋችሁ!>> ወደ ነሲቡና ሰይፉ አየት አደረገና <<ዛሬ ወንዱም ከሴቱ አልተሻለም! ከናንተስ አንዳንዴ ሴቶቹ ይሻላሉ። እኔማ ዋዜማነቱን አውቃችሁ አራዳ ጊዮርጊስ ከዳግማዊ አፄ ምኒልክ ሐውልት ስር ለመገኘትና ከዚህ ሰዓት ጀምሮ ልታስቡት፤ ልታከብሩት የመጣችሁ መስሎኝ ነበር>> አላቸው። ድንገት ደግሞ አንድ ግርም የሚል ነገር ትዝ ያለው መስለና ሳቅ እንደማለት ብሎ ወደ ስርጉት ፊቱን መለስ አድርጎት

<<ዋዜማነቱ ከጥቁር ህዝብ ለሚወለደው ሁሉ፤ ለራስታው፤ በቅኝ ተገዥነት ሲማቅቅ ለኖረው ያፍሪካ ህዝብ፤አገሩን፣ ለም መሬቱን፣ እምነትና ባህሉን ለተነጠቀው ላሜሪካው ቀይ ሕንድ፤ ለእስያውም ሕዝበ አሕዛብ መሆኑ ገብቶሽ፤ አንቺ ታጣቂውን ፈርተሽ፣ የልብሽ የልብሽን መናገሩ ቢያስቸግርሽ እኔኑ አንዴ እብድ ነው የተባልኩትን ፈቃዱ ሞላ ለማናገር፤ የልቡን ቢናገር የሚደርስበትን ክፉ ነገር ሁሉ ይችለዋል ብለሽ ልታስቀባጥሪኝ የመጣሽ መስሎኝ ነበር እኔስ! ተሳሳትኩ መሰለኝ>> አለና ከንፈሩን እንደነከሰ የስርጉትን፤ የባዩሽን፤ የነሲቡንና የሰይፉን እጅ እጅ መመልከት ያዘ። ስርጉትና ባዩሽ በእጃቸው የያዙትን መጽሐፍት አስተዋለ።

<<እናንተም እንደ ፀሐይ መስፍን ለመሆን ነው መጽሐፋችሁን ይዛችሁ፤ ለአድዋ ድል መታሰቢያ የቆመው ሐውልት ከታጠረበት የብረት አጥር በዚያ በበሩ በኩል ገብታችሁ፤ ከሐውልቱ ሥር ጋደም ብላችሁ፤ ከአድዋው ትዝታ እየተመገባችሁ፤ በኢጣልያ ወራሪ ጠላት ላይ በተገኘው ድል እየኮራችሁና ላገራቸው ነፃነት የወደቁትን ያገሪቱን ጀግኖች ልጆች፤ አጋሜ፤ ጎንደሬ፤ ሸዌ፤ ጎጃሜ፤ ጉራጌ፤ ወለጌ፤ አብቼና አገምጄ፤ ጋሞ ወላይታ በሚል ሳይለያዩ የተጋደሉትን የኢትዮጵያን ልጆች ልታስታውሱና ይህንን ስላደረጋችሁ ብቻ ትምህርቱ እንዲገልጥላችሁ፤ ሲኖር ዲሚትሪም በኢትዮጵያዊነታችሁ ቢቀር በትምህርታችሁ

መነበዛችሁን አይቶ ፈተና እንዲያሳልፉችሁ ደግ ደጉን፤ ለሥልጣኔ የሚጠቅም የሚጠቅመውን ትምህርት እንዲያስተምራችሁ ብላችሁ፤ እምዬ ምኒልክ ሐውልት ሥር ሸለብ እንኳን ቢያደርገን የምናየው ሕልም በቅዥት አይረተጎምብንም ብላችሁ እንደሆነ አልተሳሳታችሁም። እንደ ፀሐይ መስፍን ችግረኞች የሚለውን መጽሐፍ ይዛችሁ ከሆነ፤ የካቲት አስራ ሁለት አዳባባይ ሂዱና ኢጣልያ ፋሺስት በግራዝያኒ አማካኝነት ባንድ ቀን ብቻ ባከፋ በዶማ ሳይቀር የጨረሳቸውን ቁጥር ስፍር የሌላቸውን ሰማዕታት ለማስታወስ ከቆመው ሐውልት ዙሪያ ካለው መናፈሻ ሄዳችሁ እንደ ፀሐይ መስፍን ችግራችሁን፣ አግኝቶ ማጣታችሁን፣ አግኝታችሁ አጥታችሁ

፤አጥታችሁ አግኝታችሁ ከሆነ ማለቴ ነው፤ እዚያ ሄዳችሁ ልታዘኑ፣ ልትተክዙ ትችላላችሁ። ዛሬ ከዋዜማው ጀምሮ አድዋን በአርበኝነት መንፈስ፤ የኢትዮጵያ ልጆች በቆራጥነት እንዲያስቡት የአማኑኤል ሆስፒታል ዩጎዝላቩ የእብድ ሀኪም በፈቃድ ቢልከኝ እናንተን አገኛለሁ ብዬ አራዳ ጊዮርጊስ ከምኒልክ ሐውልት ሥር እንድንገናኝ ብመጣ ዋዜማ? የምን ዋዜማ? ትሉኝ ጀመር? የዩጊዝላቩም ሀኪም እኮ የነካው የነካካው ነው። በፋሺስት ወረራ ጊዜ እኔም ከማርሻል ቲቶ ቀይ ብሪጌድ ጋር በህክምና ሙያዬ በወዶ ዘማችነት ገብቼ፣ ከታፋዬ ላይ ቆስያለሁ ሲለኝ ስንት ጤነኛ እያለ አንተ የእብዱ ሀኪም አታስፈለግም ነበር ብለው ላገሩ ነፃነት ሲል ሌላ ሰላማዊ አማራጭ ያጣ ሕዝብ ሁሉ እብድ አይደለም አለኝ። እኔም እንደነኘህ የሰሜን ልጆች በደርግ ግፍና ጭፍጨፋ ተመርሬ በነፃ አውጭነት ዱር ገብቼ እንደ ኣቦይ ስብሃት በስተርጅናም ቢሆን ከጦር ትግል ሳልደርስ ነው ጨርቄን ጥዬ ያበድኩት ብዬ መለስኩለት። አሁን ገና እውነቱን ተናገርክ። የዛሬው አነጋገርህ ደህና ነው ያ የሚያነሆልለው የእብድ መርፌ አያስፈልግህም ብሎኝ ፈቃድ ሰጥቶ፤ ሕመምህ ሳይቀሰቀስ በደህና እንደምትመለስ ተስፋ አደርጋለሁ ፤ ብሎ ቢልከኝ እናንተን የመሰለ የአድዋ ድል መታሰቢያ መቶኛ አመት ዋዜማ ዛሬ መሆኑን ከማያውቁ ደናቁርት ጋር ልገናኝ ! ወይ ዕድሌ!>>

እነስርጉትና ነሲቡ መሰደባቸው አልቆጫቸውም። ይልቁንስ የፈቃዱ ሞላ ልፍለፋ፤ አንዱን ካንዱ እያጋጨ፤ የሚገናኘውን ከማይገናኘው እያገናኘ፣ ለደቂቃ ያህል እንኳን ለእነርሱ ንግግር ፋታ ሳይሰጥ ቅብጥርጥር ሲያደርገው ፤ እንግዲህ ይህንን እብድ ማን ቆሞ ሥራ ፈቶ ያዳምጣል፤ ወደ የሥራችን ወደ የቤታችን እንሂድ አላሉም ። የወንዱና ሴቱ ልብ የተገናኘ ይመስል እንዲያውም <<ጋሼ ፈቃዱ ሞኝህን ፈልግ! እንዳንተስ የልቡን ለመናገር ሲል ያበደ የለም፤ ምነው አብደናል ለማለት ለኛም ያንተን ያህል ድፍረት በሰጠን!>> የሚሉ ይመስሉ ነበር።

መቼም ባገራችን እውነቱና ዉሸቱ ብዙዉን ጊዜ አይታወቅም። አንዳንዴ በሬ ወለደ

እስከማለት የሚደረስበትም ጊዜ አለ የሚባለው ሃሰት የለውም። ባለፈው ዓመት ፈቃዱ ሞላን የምኒልክን ሃውልት የማፈንዳት ሴራ እየተጠነሰሰ ነው በሚል፣ ለዚህ አይነቱ ሽብርተኝነትም ከሚመለመሉት መካከል እብዶች፣ አውቆ አበዶች፣ ሥራ አጡና ቦዘኔው ነው በሚል ጥርጣሬ ከተያዙት ጋር ፈቃዱ ሞላም ይገኝበታል እየተባለ በከተማው ሲወራ ሰንብቷል። አንድ ሰሞን ከአራዳ ጊዮርጊስና ምኒልክ ሃውልት ጥፍት ብሎ መክረሙን አስመልክቶ ማዕከለዊ በሚባለው የማሰቃያ እስር ቤት መቀፍደድ ብቻ ሳይሆን ውስጥ እግሩን ተጠብጥቦ ከምኒልክ ሃውልት ስር ዳግም እንዳይደርስ፣ በአፈሳ ወደደደቢት ሄዷል እየተባለ ሲወራ ያልሰማ የለም። ከዚያ እንዴት እንዳመለጠ አይታወቅም። የሚባለውስ አንድ የወያኔ ነገር ከእብዱም፣ ከጤነኛውም ኢትዮጵያዊ የሚያናክስ መሆኑን የተገነዘበ፣ ውስጥ ውስጡን የሚያንገበግበው፣ ለህሊናው ያደረ፣ደግና አዛኝ የአድዋ ሰው በከባድ መኪናው ደብቆ አምጥቶ እዚያው ፈቃዱ ሞላ የፈለገበት አራዳ ጊዮርጊስ አምጥቶ ጥሎት ነው ይባላል። ከዚያም በኋላ ቢሆን አንዴ አእምሮውን ነካ ያደረገው ሰው ነዉና አላረፈም። መንግሥት በፓትሪያርክነት የሾማቸውን አባታችንን አባ ገብረ መድህንን አጥላልቷል፣ <<የተማሩ ጳጳስ ቤተ ክርስትያኒቱን አንድ አድርገው መምራት ሲችሉ ከፋፍለዋታል>> ብለሃል፣ እየተባለ በታጣቂዎች ደህና ተደብድቧል መባሉን እነስርጉት፣ ባይሽ፣ ነሲቡና ሰይፉ ሲወራ ሰምተዋል። የኢትዮጵያን ባንዲራ ለምን ለበስክ ተብሎ በታጣቂ አልተጠየቀም እንጂ ፈቃዱ ሞላንስ እብድ ነው ብሎ ወያኔ በበላይነት የሚቆጣጠረው መንግስት በዝምታ አላለፈውም። በየአጋጣሚው ደህና አስጎሽሞታል። በተለይም ከእነኚህ ወጣቶች ጋር ተገናኝቶ አረንጓዴውን ከብጫ፤ ብጫውን፤ ከቀይ አዘበራርቆ ከለበሰው ዲሪቶ አንገቱን ወጣ አድረጎ ስለ አድዋ ጦርነትና ስለ አፄ ምኒልክ ከዋዜማው ጀምሮ ሊናገርና ለፍልፎ ሊወጣለት የፈለገው ጉዳይ አንድ መከራ እንዳያመጣበት የፈራ ይመስላል። ምንም እብድ ቢሆን የመንግሥት ፀጥታ ሃይሎች ድብደባና ማስቀየት፤ የተለመደ አካል ማጉደል እሱንም ያሳምሙታል። የሱም ገላ የእብድ ገላ ነው ተብሎ ሲደበደብ አይሰማውም አይባልም። ይልቁንስ ባሳበዱት ምክንያቶች ላይ የመንግሥት ቅጥቀጣ ሲያርፍበት ፈቃዱ ሞላን ደም ዕንባ ያስለቅሱታል።

ለእነስርጉትና ነሲቡ የዋዜማው ነገር ተገለጠላቸው።

<<ነገረን እኮ ልክ ልካችን ! ታዲያ አሁን ማ ይሙት ጋሼ ፈቃዱን እብድ ነው ብሎ የሚያምን አለ>>ሲል ሰይፉ ተናገረ

<<ጤነኛ እብድ ብለህ ስም ብታወጣለት አይሻልም>> ስትል ባዩሽ ጣልቃ ገባች።

<<እኔስ ለናንተ ይብላኝ። የዩኒቨርስቲ ሶስተኛና አራተኛ ዓመት ተማሪዎች ሆናችሁ ስለ አድዋ ድል ዋዜማ ከእኛው ጣልያን ትምህርት ቤት አስራ ሁለተኛ ክፍል ከምንማረው እኩል

አለማወቃችሁ ነው እኔስ ግርም ያለኝ>> አለች ስርጉት ወደ ነሲቡና ሰይፉ እያመለከተች።

<<አንቺ ደሞ ነገር አታዳንቂ ! እኛ የጋሼ ፈቃዱን ውትወታ የአድዋን ድል በዓል ለማስታወስ ነው ብለን እንዴት እንጠርጥር? እብደቱ አይናችንን ጋርዶን ነው እንጂ ነገሩ አልጠፋንም ነበር። ካልሺስ ድሉን ከሕዝብ መንጠቅ የለመዱና የሕዝባቸውን ብሔራዊ ኩራትና ያገራቸውን ልዕልና ሥልጣን ላይ እስካወጣቸው ድረስ ለመቸብቸብ የማይመለሱ አዲሶቹ ያገሪቱ መሪዎች የአድዋን ድልና የምኒልክ ጀግንነት ማጥላላቱ እንዳልበቃቸው እናውቃለን>> አለ ነሲቡ።

ይህንን ሲነጋገሩ ድንገት ሳያስቡት ለካስ ፈቃዱ ሞላ ወደ ስርጉት ተጠግቶ የያዘችውን መጽሐፍና ደብተር ነጥቆ ያገላብጠው ኖሯል። እሷም ካሁን አሁን እስከሚበቃው ድረስ አገላብጦ ይመልስልኛል ስትል ከምኒልክ ሐውልት ብረት አጥር አሸቀንጥሮ ወረወረባት። ነሲቡና ሰይፉ በድርጊቱ ቢደናገጡም በስርጉትና በጋሼ ፈቃዱ መሃል የከረረ ነገር እንዳይነሳ ብለው ቶሎ በመሃላቸው ገቡ ። ፈቃዱ ሞላ ግን ምንም አልመሰለውም።

<<ወይኔ ጋሼ ፈቃዱ ምነው ምን አደረኮት እንዴት አድርጌ ላመጣው ነው?>>

<<ለዚህስ ብዬ አይደል እኔስ አንቺ ደብተርና መጽሐፍሽን ብለሽ በግንቡ ላይ ተንጠልጥለሽ፣ የሾለውን ብረት አጥር ተሻግረሽ፣ እምዬ ምኒልክን በዋዜማው ሰላም እንድትይው ብዬ አይደል? አይታይሽም? እምዬ ምኒልክ እዚያ ብቻውን ቆም ሲያዝን? ዙሪያው በግንብ ብረት አጥር ታጥሮ በሩ ደግሞ በብረት ቁልፍ ተከርችሟል። ታላቅነቱን የሚያዋርድ ታሪክ ከአገሪቱ መሪዎች ከመስማት መከርቸም የመረጠ ይመስላል። ወህኒ የገባ መስሎ በመቶ ዓመቱ በብረት ቁልፍ ተቆልፎበት ያንን እየሰበቀ የሚያስፈራራበትን ጦር በእጁ አልያዘም። ታዲያ እኮ ጥንት ሐውልቱ ሲቆም ምኒልክ ከነፈረሱ ጋሻውን እንደያዘ ጦሩን እንደሰበቀ ነበር ሲል አባቴ ነግሮኛል። ከማይጨው መልስ ኢጣልያ ፋሽስት ሃውልቱን ባይሮፕላን ደብድቦት በቦምብ ናዳ በፈረሰ ጊዜ እንግሊዞች እንሰራለን ብለው እምዬ ምኒልክ የሰበቀውን ጦር ከሀውልቱ አንስተው አገራቸው ወስዱት አሉ። መልሰው የሰሩልን ግን ትጥቁን እንደፈታ ከፈረሱ ሆኖ የሚታየውን ነው። የምኒልክ ኑሮ ከእስረኛ በምን ተሸለና ነው! ያገሩ መንግስት አንዴ ኦሮሞን ወግተህ በቅኝ ግዛትነት ይዘሃል፣ ሌላ ጊዜ አፄ ዮሐንስ ደርቡሽ ሲወጋቸው ዝም ብለህ አይተሃል፣ እያለ ሲያንገላታው ይታይ የል? ወህኒ ወርደው ከነገ ዛሬ ለፍርድ ይቀርባሉ እንደሚባሉት የደርግ ባለሥልጣኖች ምኒልክንም መንግስት ለፍርድ ሳያቀርበው ይቀራል? የባህር በር ያስመልስ ይሆናል ብለው አይፈሩት ነገር እሱ እንደሆነ ከብረትና ድንጋይ ተመስሎ ተከርችሟል።ይገርማል እኮ! እንዲህ ቀና ብዬ ስመለከተው እምዬ ምኒልክ የተቆለፈበት ማን ምን እንዳያደርገው ተፈርቶ ነው ያስኛል። ከኦሮሞው ነው ወይስ ከወላይታው? ከጉራጌው

ነው ወይስ ከሲዳማው? ወይስ ደሞ ከአጣልያ መንግስት? የኢጣልያ መንግስት ከምኒልክ ሀውልት ጠብ የለውም። ከራሱ ከምኒልክ እንጂ። እሱም እንደሆነ ከሞተ ዘመን አልፎታል። በየመቶው ዓመት እንደ ምኒልክ የሚነሳ ትንቢት የተነገረለት ይመጣል ብለው ኢጣልያኖች አይሰጉ ነገር ስጋታቸውን መንግሥት ተብዬው አርቆላቸዋል። ከምኒልክ መታሰቢያ ምንም ጉዳይ የላቸውም። ሐውልት በድን መሆኑን ያውቁታል። የድንጋይ ንጣፍ አንጥፈው በሮማ ከተማ ቪያ ዲ ምኒልክ ብለው ጎዳና የሰየሙት! አንዳንዴ እነሱ ይሻላሉ። ያፈሩበትን ጀግና መልሰው አውራ መንገድ የሰየሙለት፣ አንቤባለሁ፣ የማላውቅ አይምሰላቸሁ። በምኒልክ ስም የተሰየመውን አውራ መንገድ ሄጄ አላየሁትም እንጂ!!>>

■ ■ ■ አድዋ ከዋዜማሽ እስከ ድል ቀንሽ ■ ■ ■

ምዕራፍ ሶስት

በፈቃዱ እብዱና በወጣቶቹ መካከል የተነሳው እሰጥ አገባ ብዙ አድማጭ እየሳበ መሄዱ ባይቀርም ስርጉትን የቆረቆራት በብረትና ግንብ በታጠረው የምኒልክ ሃውልት ውስጥ የተወረወረው የመጽሐፍና ደብተሯ ጉዳይ ነው።

<<ጋሼ ፈቃዱ! ጋሼ ፈቃዱ! አሁን መጽሐፌንና ደብተሬን እንዴት አድርጌ ላመጣ ነው?>>

<<ምን አጠፋችና ነው ያጠፋቸው ነገር አለ እንዴ?>> ሲል ነሲቡም በነገሩ ገባበት

<<እብድ መሆኔ እዳይዘነጋችሁ ብዬ ነው ። እንዲህ ከናንተ ጋር ቆሜ ሳወራ አላፊ አግዳሚው ጤና መስዬው እንዳይወናበድ ብዬ ነው እንጂ ያጠፋችው ጥፋትስ የለም። የያዘችውም መጽሐፍ ግን ፀሐይ መስፍን ከያዘችው ይሻላል። እሷ ችግረኞች እና የድሆች ከተማ የሚሉትን ይዛ ነው የካቲት አስራ ሁለት ከሰማዕታት መታሰቢያ ሐውልት ሥር ካለው መናፈሻ ሆና ልታነብ ካቃቂ በሰቃ ደረስ ስትመላለስ የኖረችው። ብዙም ሳትቆይ እዚያው መናፈሻው ውስጥ ዓለሙ ደስታ የሚባል ፍቅረኛ አገኘችና መጽሐፍ ማንበቡንም ተወችው። ሰነባብታም አጉል አሟሟት ሞተች። አንቺ ግን ለመሆኑ ስምሽ ማነው?>> አላት ንግግሩን አቋረጠና

<<ውይ ጋሼ ፈቃዱ ስሜን ረስተውታል>> አለች። የዚህ ጊዜ ባዩሽ ጣልቃ ገብታ <<ስርጉት ነች። ስርጉት ትባላለች>> ስትል መለሰች።

<<ስርጉት፣ ስርጉተ ጊዮርጊስ? ስርጉቴ>> እያለ በማቆላመጥ ሳቅ አለና ወዲያው ቀጠል አድርጎ ደግሞ አድዋ ጦሩ ዘምቶ ድል የተጎናጸፈበት ይህ የቆምንበት ሥፍራ አራዳ ጊዮርጊስ፣ አንቺም ስርጉተ ጊዮርጊስ!! አንቺ ግን እኮ የያዝሽው መጽሐፍ ከፀሐይ መስፍን ይሻላል። እሷ ጊዜ የጣላት ቀኑ የተናደባት ሆና ነው መሰለኝ አለ ችግረኞች መጽሐፍ ያለም አይመስላት። አንቺ ግን ታላላቅ ሰዎች የሚለውን መጽሐፍ ስለያዝሽ የብረቱ በር ቢከረቸም በብረቱ አጥር ተንጠላጥለሽም ሆነ ዘለሽ፣ ከምኒልክ ሐውልት ስር ፈንደቅደቅ ብለሽ፣ ይህንን ዞማ ፀጉርሽን በሰፊው ለቀቅ አድርገሺው፣ እንደከዋክብት በሚያበሩት አይኖችሽ ቀና ብለሽ እምዬ ምኒልክን እያየሽው፣ በሐውልቱ ዙሪያ ከተንጣፈፈው ጨፌ ላይ ባንድ ጎንሽ ጋደል እንዳልሽ ታላላቅ ሰዎች የሚለውን መጽሐፍ እንድታነቢለት ብዬ ነው። በዚያውም አይዞህ ንግሥቲቱ ታላቋና ጀግናዋ መካሪና ጦር መሪ ባልተቤትህ እቴጌ ጣይቱ፣ እቴጌ ብርሃን ትመጣልሃለች ብለሽ አትነግሪው ነገር የቸገረ ነገር ነው>>

<<ታላላቅ ሰዎች እኮ የሚለው መጽሐፍ ስለ ታላቁ እስክንድር፣ ስለ ታላቁ ናፖሊዮን እንጂ ስለ ምኒልክ እኮ አያወራም>>ብሎ ነሲቡ ሲናገር ስርጉት ጣልቃ ገባች

<<ስለምኒልክም አንብቤአለሁ! አላነበበችም ያለው ማነው?>> ፈቃዱ ሞላ ግን የሷን ንባብ ከመጤፍ አልቆረጠውም። እብድ የራሱን እንጂ የሌላውን አይሰማም እንደሚባለው እሱ ራሱ ለጀመረው ጉዳይ እንጂ ስርጉት ስላነበበችው የታሪክ መጽሐፍት ዋጋ ሳይሰጥ ንግግሩን ቀጠለ።

<<ለዚህ አይደለም ቅር አሰኝተውኝ የማያውቁት እምዬ ወዳጄ፤ ደጉ፤ ወመዘክር በደህና ጊዜ ስሰራ አለቃዬ የነበሩት ከበደ ሚካኤል፣ ወይ እንደ እኔው ነካ አርጓቸው ወይም ዝንጉ ነሆለል ሆነው ነው መሰለኝ <<ታላላቅ ሰዎች>> በሚለው መጽሀፋቸው እምዬ ምኒልክን እንደታላቅ ሰው ቆጥረው ሽንጥ አለማድረጋቸው ነው እኔስ የቆጨኝ። ከበደ ሚካኤልስ ቴዎድሮስንና ዮሐንስን የፈረንጅ ሥልጣኔ ካፈለቀው ታላላቅ ሰው መሃል ቀላቅለው በአንድ መጽሐፍ ማቅረብ ያልቻሉት እውነትም እንደ እኔው ነካ አድርጓቸው ሳይሆን አይቀርም>>።

መቅደላ አፋፉ ላይ ጨኸት በረከተ

የሴቱን አናውቅም ወንዳንድ ሰው ሞተ

ገደልን እንዳይሉ ሰው የለ በጃቸው

ማረክን እንዳይሉ ሞተው አገኟቸው

ማረክን እንዳይሉ ሞተው አገኟቸው

ምን ይሉ እንግሊዞች ሲገቡ አገራቸው

ለወሬ አይመቹም ተንኮለኞች ናቸው

የተባለውስ ቴዎድሮስ አገራቸውንና መንግሥታቸውን ለእንግሊዝ የበላይነት አሳልፎ ከመስጠትና ኢትዮጵያን ውርደት ላይ ከመጣል በገዛ እጅ መሞት እንደሚሻል በመምረጧቸው አይደል የገዛ ጥይታውን የጠጡት!

አፄ ዮሐንስ ይዋሻሉ

መጠጥ አልጠጣም ይላሉ።

ሲጠጡ አይተናል በርግጥ

ራስ የሚያዞር መጠጥ።

አፄ ዮሐንስ ሞኝ ናቸው

እኛም ሁላችን ናቅናቸው።

ንጉስ ቢሏቸው በመሃሉ

ወሰን ጠባቂ ልሁን አሉ

የተባለውስ ዮሐንስን ያህል ንጉሠ ነገሥት ለኢትዮጵያ ክብርና ዳር ድንበር መከበር አንገቱን ስለሰጠላት አይደል? ቢሆንም የምኒልክ ደግሞ የተለየ ነው። ለዚህም ነው በጥቁር ህዝቦች ላይ የተቃጣውን የቅኝ አገዛዝ ቀንበር በነጭ ሠራዊት ጥይት አዳፍኔና መድፍ ታጅቦ የመጣውን ወራሪ ጦር ድባቅ በመምታት ድል የተገኘበት ታላቅ ታሪክ ቀን በዋዜማው የሚያናግረኝስ ለምን መሰላችሁ? በወረቀት ያልሰፈረውን ካባት አያት ቅድመ አያት የሰማሁትን ለማስማት ብዬ አይደል? መቼም ሰው ሁሉ አንዴ እብድ ነው ብሎ አምኗል። ከመሸሽ በስተቀር ቆሞ የሚያዳምጠኝ ያኘሁት ዛሬ ነው፣ በአድዋ ድል ዋዜማ ዕለት።

<<በኔና በርሶ ይቅር እንጂ እርሶ ምኖም አላበደም። የሚናገሩትንና የሚሰሩትን ያውቃሉ ጋሼ ፈቃዱ>> ስትል ስለእሱ የአእምሮ መታወክ ሳይሆን በደብተርና በመጽሃፏ መወርወር የተናደደች መስላ ስርጉት ተናገረች።

<<አሁን እንዴት ሆና መጽሐፍና ደብተሯን ታውጣው? ማንስ ገብቶ ያውጣላት ነው የሚሉት?>> አለች ባዩሽም። የሷም አነጋገር የብሽቀት መሆኑን የተገነዘቡት እነ አሲቡና ሰይፉ ነገሩን ለማብረድ ዳር ዳር ይሉ ጀመር።

<<ቀላል ነው ቀላል ነው እኛው ተረዳድተን እናወጣዋለን>> ተባብለው ገና ሳይጨርሱ ፈቃዱ ሞላ በግጥም ቢጤ ጣልቃ ገባባቸው

ፈቃዱ እብዱ

ቢወድቁ አይጎዱ

እጅ እግሩ ቢሰበር

አይጎዳ ነገር

እንደ መቀለድ እንደ ማሾፍ እንደ መሳቅ እያደረገው ተናገረና ወዲያው ቀጠል አድርጎ <<ታዲያ እነኚህ ጎርምሶች እያሉ ባጥር ዘሎ ፈቃዱ ሊያወጣልሽ ኖሯል>> አላት። የዚህ ጊዜ <<እኛ አለን>> ብለው አነነሲቡ ወደ ሐውልቱ አጥር ቀረብ አሉ። ይህንን ሁኔታ ከሩቅ ሆኖ ሲመለከት የቆየውም አላፊ አግዳሚ የዚህን ትርኢት መጨረሻ ለማየት የጓጓ ይመስል ፈቃዱ ሞላና ወጣቶቹ ወዳሉበት መጠጋት ጀመረ። ሌላውም የእሱን ማንነት የሚያውቁት ከዛሬው ሁኔታው ደግሞ የተለየ ሆነባቸውና ከሩቁ ሲያዩት መሸሻቸውን እየተዉ በዙሪያው ይሰበሰቡ ጀመር። አንዱ አንዱን እያየ መሰብሰብ የጀመረው ሕዝብ በራሱ አንድ ራሱን የቻለ የአደባባይ ትርኢት መሰለ። የሰውን መሰብሰብ ሲመለከቱ አነስርጉትና ነሲቡም ጋሼ ፈቃዱን አናግሮ ማናገሩን ቀጠሉበት። ለካስ የአድዋ ድል መቶኛ ዓመት መታሰቢያ ዋዜማ የዚያን ዕለት ኖሯል።

ፈቃዱ ሞላ <<በዋዜማው ዕለት፣ ይነገር እውነት>> እያለ ሳይታሰብ እውነትም በአድዋ ድል ዋዜማ እዚያው እምዬ ምኒልክ ሐውልት ዙሪያ የተሰበሰበውን ሰው እያየ <<እንደዛሬ ደስ ብሎኝም አይውቅም። ደስተኛ የአእምሮ ህመምተኛ ታውቁ እንደሆን አናንተ ንገሩኝ>> እያለ ከወዲያ ወዲህ እየተንጎራደደ ከራሱ ጋር መናገር ጀመረ። ወዲያው ደግሞ ነገሩን ሁሉ ዘብረቅ እንደማድረግ አደረገውና የእናቱን ስም እየተጣራ <<ልጅሽ ደስተኛ ሆኖ ያውቃል ወይ? ብላችሁ እናቴን አትጠይቋት ነገር ዮሐንስ ጓሮ ተኝታላችኋለች። ቦታውን ፈልጎ ማግኘቱም እኮ ይቸግራል። ቄሰ ገበዙ ደህና ደህናውን የመቃብር ቦታ ለሀብታሙ ቸርችሮት ለእናቴ የሰጣት ቦታ ከዮሐንስ ጠበል አልፎ ከወንዙ ዳር ካለው አሳቻ ሆነና ነው እንጂ <<ልጅሽ ደስተኛ ሆኖ ያውቃል ወይ?>> ብትሏት የምትመልስላችህ መልስ <<እንኳን እሱ ድፍን የኢትዮጵያ ልጅስ መች ደስ ብሎት ያውቅና ነው ፤ ሲረገጥ፣ ሲወቃ፣ ሲያለቅስ፤ ሲያላዝን አይደል እንዴ የኖረው! ደሞ አሁን በቃህ ሳይለው ቀርቶ እነኚህን ጉደኞች ያዘዘለት>> ትላችሁ ነበር! ነፍሷን ይማረውና! እናቴስ መቼም መልስ አታጣም ነበር፣ የት ብላችሁ ትጠይቋታላችሁ እንጂ። ይልቅስ የዚችን ስርጉቴን፣ የስርጉተ ጊዮርጊስ ደብተርና መጽሐፍ አንድ በሉልኝ። እናንተ ጎረምሶች እንደተማረከ ሰው እጃችሁን ወደላይ አድርጉና ፊታችሁን ወደ እምዬ ምኒልክ ሐውልት አዙሩና ወደ ላይ የሰቀላችሁትን እጅ የብረት አጥር ጨቡጡበት። ከዚያ ስርጉት አንድ እግሯን ባንደኛችሁ ትከሻ ሌላ እግሯን በሌላኛችሁ ትከሻ

ታደርግና ከዚያ በብረቱ አጥር ላይ ትንጠላጠልና ቀሚሷ እዳይጠልፉት ወደጭኗ ሰብስብ አርጋው ወደ ውስጥ ከተሸገረች በኋላ ከዚያ እየተንሸራተተች መውረድ አያቅታትም። ደብተርና መጽሀፏን ሰብስባ ወደ እምዬ ምኒልክ ጠጋ ብላ በዋዜማው የመጣችው እግር ጥኋት እንዳልሆነ ትነገረው። ስለ እቴጌ ጣይቱም ታጫውተው። የእቴጌይቱን ሰላምታ ታድርስለት። በአድዋው ጦርነት ያሳየቸውን የአመራር ችሎታና ድል ጌታዬ እምዬ ምኒልክ መቼም ቢሆን አይጠፋዎትም ብላለች ብላት ንገረው። ብቻ ምን ይታወቃል የምኒልክ ነገር። የአድዋ ድል ዋዜማው ዛሬ መሆኑን የነገረቸው እንደሆነ፣ <<እናት አገርህ እኮ የባህር በር አልባ ሆናለች ያለችው እንደሆነ፣በሀዘንና በድንጋጤ ከፈረሱ ቢወድቅና ቢገረሰስ ውርድ ከራስሽ>> አላት። ቀጠል አደረገና ደግሞ <<የሙሶሎኒ በምብና ጥይት ጨርሶ ያልጣለው ይህ መታሰቢያ ሃውልት በሀዘንና ምሬት መሬት ወርዶ ቢከሰከስ አሁንም ውርድ ከራስሽ>> ሲል ደገመላት። የዚህ ጊዜ ነው ስርጉት የደብተርና መጽሀፏን ጉዳይ ለጊዜው ተወት አድርጋ የፈ.ቃዱ ሞላን ቅብጥርጥር ማስጨረስ የወደደች መስላ ዝም ያለችው። ብዙም ሳትቆይ ደግሞ የደብተርና መጽሐፏ ነገር ከነከናት።

<<እኔ እንደሆን አላረገውም፤ እፈራለሁ፤ በዚህ ላይ ቀሚሴ ይቀደድብኛል። የወንድ ትከሻ ደግሞ እንኳን በእግሬ ልረግጥ ተጠግቼውም አላውቅ። ከዚህ ሁሉ ነሲቡንና ሰይፉን እለምናለሁ>>

<<ተይው እንግዲህ ስርጉቴ ፤ ስርጉተ ጊዮርጊስ። ዕዳው የኔው ስለሆነ እኔው እብዱ ከብረት አጥር ላይ ዘልዬ የእምዬ ምኒልክ ሐውልት እንደቆም እስረኛ ብቻውን ከተከረቸመበት ብረት ቁልፍ ከማይፈታው አጥር እንደምንም ዘልዬ አመጣልሻለሁ። የባህር በሩንም ጉዳይ አነሳበታለሁ፣ ቢሰማኝ አይደል ለዚያውስ! ያንተ ዕጣ ፈንታ ነው፣ የኔን ድርሻ ፈጽሜአለሁ ያለኝ ዕለት ነው ጉዴ የሚፈላው። በዚያው የቀረሁ እንደሆነ፤ ዳግም ከምኒልክ ጋር ለመዝመት፤ ወራሪን ድባቅ ለመምታት መስሏችሁ እንዳትስጉ። አባቴም በሕፃንነቱ አባቱን ተከትሎ ማይጨው ሲዘምት እናቱ የገባትን ስጋት አባቴ ነግሮኛል። የመንግሥት ታጣቂ በምኒልክ ሐውልት ሥር ፈንጂ ለማጥመድ ሞክረዋል ተብለው ከተጠረጠሩት ጋር ስታሴር አገኘንህ ብሎ እንደ አቻ አምናው ወስዶ እንዳይጠበጥበኝ። ለነገሩማ እብድን የተላመደው ሁሉ እብድ ነው የሚባለው እውነትነት አለው። እናንተም እንደ እኔው አብዳችሁ እንደሆነ ነው እንጂ ሥራ ፈታችሁ እዚህ እኔኑ ማድመጡንና በዙሪያዬ መሰብሰባችሁን የጤና ነው ያለው ማነው>> ሲል ተናገረና መለስ አድርጎ ደግሞ ለካስ ዛሬ ዋዜማው ነው?>> ካለ በኋላ ማንም ያልጠበቀውን ግጥም ማውረድ ጀመረ

አድዋ ! ወይ አድዋ በድልሽ መታሰቢያ በሙቶ አሙቱ

አለቀቀኝም እብደቱ አጋንንት ልከፍቱ።

ለብቻ ማውራት መቀባጠር ማብጠርጠሩ

በእብድ ቋንቋ ማውራት ማንኳረሩ።

ለምዶብኛል አድዋ አትፈርጂብኝ

ልኩራብሽ ስል አፍራለሁኝ

ልፈርብሽ ስል እኮራለሁኝ

ሲታወሰኝ ከመሃል እናቴ ሲነዝረኝ

ሲነገረኝ ዚዘከረኝ የኖረው ታሪክሽ

ሲወጣ ሲወርድ ሲውለበለብ ባንድራሽ

ሲዋረድ ሲንገላታ ታሪክሽ

ያውም ዘንድሮ በመቶ አመትሽ

ቢቸግረኝ አበድኩልሽ።

አድዋ አመመኝ ክፉ ሕመም

ከአሰፋልት መሃል የሚያስቆም

የሚያናግር የሚያስቀባጥር

ከምኒልክ ሃውልት ቆሞ የሚያስቀር ...

ይህንን ግጥም ጀመር አድርጎ ዳር ሳያደርስ እንደመተው አደረገውና ከቆመበት ፈንጠር ብሎ የስርጉትንና የባዩሽን እጅ ለቀም አደረገው። በሉ እንግዲህ የበዓሉለት እንገናኝ። እሱም ነገ ነው።

<<የአድዋ በዓል የማቱሳላን ቢቀር የራሱን ዕድሜ ቆጥሮ መቶ አመት ሲሞላው አንድም ቀን ብትሆን ከእድሜ ታጎድላለችና ነገ በማለዳ ተገናኝተን የቀረበንን እንጫወት>> አላቸው ። ከዚያ የሴቶቹን እጅ ለቀቀና የወንዶችን የነሲቡንና የሰይፉን አፈፍ አደረገው።

<<በዚህ በነገው ቀጠሮአችን የቀራችሁ እንደሆነ እብድ ነው፤ ከሰው የሚቆጠር አይደለም ብላችሁ እንደቀራችሁ ቆጥሬ እረግማችኋለሁ። ከኔ ሳይሆን ከአድዋ በዓል ከራሱ መታሰቢያው ቀን ጋር ጠብ እንዳለው ሰው አኩርፋችሁ መቅረታችሁን ለእምዬ ምኒልክና እትጌ ጣይቱ ከሰማይ ቤት ስልክ ደውዬ እነግርባችሁዋለሁ>>አላቸው። እነርሱን ደግሞ ለቀቀና ከመሬት

ያስቀመጠውን የይስሙላ ጦርና ጋሻ ብድግ አደረገና ዘለል ፤ ዘለል፤ ሽከርከር ፤ ሽከርከር እያደረገው ፤ አንድ ዙር የተሽከረከረበትን ይተውና በሌላ በኩል ሽክርክር፤ የቀኝ መሽከርከር ፤ የግራ መሽከርከር ፤ ከዚያ ነጠር፤ ነጠር እያደረገው ይቆይና ድንገት ጦር ለመሰበቅ ጋሻ ለመመከት እንደተዘጋጀ ሰው አይኖቹን እያጉረጠረጠ <<ካባቴ የተማርኩት፤ አባቴም ካባቱ የሰማው>> ነው እያለ ወደ ስርጉት ተጠጋ።

<<በአድዋ ጦርነት የኢትዮጵያን ጦር ለማነቃቃት ይባል የነበረውንና በዚያውም የባህር በሩን ጉዳይ ያነሳሁ እንደሆነ ወያኔ ያፍነዋል ብለሽ እንዳትሰጊ አደራሽን፤ የኔ ቆንጆ ለዚያውስ እናቴ አይደለሽም ለምን ብለሽ ስጋት ይገባሻል ፤ ስርጉቴ! ብወልድ እኮ ካንቺም በላይ አድርስ ነበር ፤ የአእምሮ መናወጥ ለመውለድ መከበድ ዕድል ነሳኝ እንጂ>> አለና እንደጦር የሰበቀውን ዘንግ፤ መሃሉ ጎርጉዶ ዳሩ በሽማኔ ድር ተተብትቦ እንደጋሻ የመከተበት የሚያስመስለውን አሮጌ ሳፋ ሳህን ቆጭ አድርጎ ያንን ከአረንጓዴ ብጫ ቀይ ሌላ በተለያየ የቀለም አይነት ዝብርቅርቱ የወጣ ዲሪቶውን ከላዩ ላይ አውልቆ መሬት ላይ ጣለው። ከዚያ የምኒልክ ሀውልት ከታጠረበት ብረት ላይ ሊንጠላጠል አንዴ ሲንደረደር ነሲቡና ሰይፉ ሙከራዋን አቋረጡበት። እንደማይሆንለት እንደምንም ካሳመኑት በኃላ እነርሱ የስርጉትን መጽሐፍና ደብተር አውጥተው እንደሚሰጧት ነግረውት እቅዱን አስቀሩበት። ካሁን አሁን መለስ ሄድ የሚለው እብደቱ ይነሳበትና በእነርሱ ላይ የሚዞርባቸው መስሏቸው ነበር። እሱ ግን እንደጤነኛ ሰው ጭንቅላቱን ነቅንቅ እያደረገ ለጥያቄ መልስ ለመስጠት የተዘጋጀ ቢመስልም ለካስ እነርሱ የፈለጉት ያንኑ ስለ ዋዜማው ከሆነም ስለራሱ ስለ አድዋ ጦርነት የጀመረውን ታሪክ ይሁን ወይስ አግቦ አነጋገር ለመለየት አዳጋች የሆነባቸውን ጉዳይ እንዲቀጥልላቸው ኖሯል።

በአድዋ ድል መቶኛ አመት መታሰቢያ ዋዜማ አንድ ሁለት እያለ የተሰባሰበው ሰው እየበረከተ ሄደ። <<ፈቃዱ እብዱ>> እያለ የሚቀልድበት ሁሉ ሊሰማው የፈለገው ነገር ያለ ይመስል በዙሪያው መከበብና ጆሮውን ጣል ማድረጉን ቀጠለ። እሱም እንደሰው ተቆጥሮ የሚያዳምጠው ሰው መበርከቱን የተረዳው መሰለ። ግራ መጋባቱን ደግሞ አልደበቀም።

<<ምን ነካችሁ ሰዎች! እብድ መባሌን ዘነጋችሁት መሰልኝ?>> አላቸውና ያንኑ የኢትዮጵያን ሠራዊት ለማነቃቀቀት ይዘፍን የነበረውን ዜማ እንደገና ለብቻው ማውረድ ጀመረ

ኧረ ጉዱ በዛ ኧረ ጉዱ በዛ

በጀልባ ተሸግሮ አበሻን ሊገዛ ።

ኧረ ጉዱ ከፋ ኧረ ጉዱ ከፋ

መረብን ተሻግሮ ኢትዮጵያን ሊያጠፋ ።

ኢትዮጵያ ልጆች ምነው ዝም አላችሁ

ፈራርሳ ስትወድቅ እናት አገራችሁ

የባህር በር አጥታ ታውራ አያያችሁ

የት አል ጩኸታችሁ፣ ኡኡታ ልቅሷችሁ።

እያለ ሲያንጎራጉር ለካስ የሰው ብዛት እየጨመረ ሄዶ ኖሮ በዙሪያው እንደ ቀለበት ሠርቶ ኖሯል። እሱ ከመሃል ሆኗል። ይወቀው አይወቀው በሕዝብ ብዛት ዙሪያውን ተከቧል። እሱ ግን ይባስ ብሎ ዘፈንና ቀረርቶውን ያቀልጠው ጀመር ። እንዲያውም ሰውነቱ ግለት እየጨመረ እሱም ቀረርቶና ሽለላውን የእልህ ጭምር እያደረገው በሄደ ቁጥር በዙሪያወም የተሰበሰበው ሰው ቁጥር እጥፍ ድርብ እየሆነ ሂደ። ሁኔታው ሁሉ ከባላጋራ ወይም ከመንግስት ጋር እልህ የገባ እንጂ እንዲሁ የራሱ የአእምሮ ንክነት የተቀሰቀሰበት አይመስልም ነበር። መልሶ መላልሶ

ኧረ ጉዱ በዛ ኧረ ጉዱ በዛ

በጀልባ ተሻግሮ ሀበሻን ሊገዛ ።

ኧረ ግፉ ከፋ ኧረ ግፉ ከፋ

መረብን ተሻግሮ ኢትዮጵያን ሊያጠፋ

የኢትዮጵያ ልጆች ምን ነው ዝም አላችሁ

በባዕድ ትብብር ስትፈርስ አገራችሁ

የባህር በር አጥታ ታውራ አያያችሁ

የት አል ጩኸታችሁ፣ ኡኡታ ልቅሷችሁ።

ካለ በኋላ የተኮረኮረ ያህል ማስካካት ጀመረ። ውልክፍክፉ እስኪወጣና የራሱ ሳቅ አደናቅፎት ይጥለው እስከሚመስል ድረስ ካስካካ በኅላ በዙሪያው ወደ ከበበው ሕዝበ መለስ አለ።

ከዚያ የከምሲ ጓደኛ አያ ባትይቀጡ

መፋቀር ይሻላል ከመቆራረጡ

ብለው የተቀኙልን ዩፍታሄ ንጉሤ እኮ ትዝ ብለውኝ ነው። <<መፋቀርን የመሰለ መድኃኒት መበታተንን በመሰለ መርዝ ሲለወስ እያየሁ እብደት ይነሰኝ>> ይል ጀመር። መወለጋገዱን ተወት አድርጎት ቆም አለ። ሰከን አለ። አእምሮውን የከነከነው ነገር ፤ ሽለላውና ማስካካቱ

ጭምር ያለፈለት መሰለ። እነስርጉትንና ነሲቡን በአይኑ ይፈልግ ጀመር። ከዚያ እነርሱ ቆመውበት ወደ ነበረው አቅጣጫ በረረ። እዚያም እንደደረሰ ግራ ቀኙን ሲመለከት ለካስ እነስርጉት፣ ባዩሽ፣ ነሲቡና ሰይፉ አመጣጡ ወደእነርሱ መሆኑ ገብቷቸው ኖሯል።

<<ጋሼ ፈቃዱ! ጋሼ ፈቃዱ!>> እያሉ ይጠሩት ጀመር። ሰማቸው፤ ጮሆም መልዕክቱን ነገራቸው።

<<እናንተ ወጣቶች ጥሪያችሁን ሰምቻለሁ። የኔን የነገ ጥሪ እንዳትረሱ>> ሲል እንደ አዋጅ ነጋሪ ጮክ ብሎ መለሰላቸው

<<በነገው የአድዋ ድል መታሰቢያ መቶኛ አመት በዚህ ስፍራ በጥዋት መቃጠራችንን አትርሱ!>>

ይህንን የሰሙት ወጣቶች የአድዋ ድል መቶኛ ዓመት መታሰቢያ ዕለት እዚያው ምኒልክ አደባባይ ለመገኘት የገቡትን ቃልና ቀነ ቀጠሮ አለመርሳታቸውን ገና ከመናገራቸው ፈቃዱ ሞላ ወደፊቱ ሽመጠጠ። የተሰበሰበውም ሕዝብ የፈቃዱ እብዱን አመጣጥ እያየ መንገዱን ከፈት፣ ከፈት አደረገለት። እሱም ወደ አቡነ ጴጥሮስ ሐውልት የሚወስደውን ቁልቁለት ተያያዘው። በአራዳ ጊዮርጊስ ከተሰበሰበውም ህዝብ መሃል ፈቃዱ ሞላን ከልጅነት ጀምሮ የሚያዉቁት አዛውንት እዝያው ነበሩና <<እብድ አይሉት ጤነኛ! ጤነኛ አይሉት እብድ ማለት እሱ ነው። የልቡን ለመናገር እንደሱ የደላው የለም። እኔም አንዳንዴስ ተናግሬ ቢወጣልኝ እልና በዚህ ዕድሜዬ በቤተሰቤ ላይ የማመጣው መዘዝ እየታየኝ ዝም እላለሁ እንጂ ማን በልቡ በአገርና የጋራ ታሪክ ላይ በተሰራው ሴራ ያልተከፋ አለ>> ይሉ ጀመር። እሱ ግን ይህንን ሲሉ አልሰማቸውም። ያንኑ የተለከፈበትን አራዳ ጊዮርጊስ፣ ከአቡነ ጴጥሮስ ሃውልት የሚያገናኘውን፣ ሲወርዱት ቁልቁለት፣ ሲመለሱበት ዳገት የሆነውን አውራ ጎዳና ተከትሎ ወደፊት ሽመጠጠ።

ምዕራፍ አራት

ፈቃዱ እብዱን የሚያነጋግረው፤ ሰው የሚለው ፤ ከሰው የሚቆጥረውና የሚያዋየው ሲገጥመው ስከን ይላል። አንዳንዴማ ነገር ማሳከሩን፤ የማይገናኘውን ከሚገናኘው ጋር ማጋጨቱን፤ ለጊዜው ይሁን አይታወቅም እንጂ ተወት ያደረጋል። የአድዋ መቶኛ ዓመት የድል በዓልለትስ እንኳን አነጋገሩ አለባበሱም ሥርዓት አገኘ። እብድ እንቅልፍ የለውም የሚባለው እውነት ነው ካልተባለ በስተቀር ከነስርጉትና ነሲቡ ጋር ማልደው ለመገናኘት ከተቃጠሩበት ሥፍራ ቀድሞ የደረሰ ሲሆን የለበሰውም ፀዳ ያለ ነጭ እጀ ጠባብና ተነፋነፍ ነው። እርግጥ በውስጧ ምን እንዳለባት የማትታወቅ ኮሮጆ ቢጤ በእጁ ይዟል። ይህን የመሰለ ትልቅ በዓል ሊከበር ድሃ ድሃው፤ አለባበሱ የቆሸሸው፤ አውቆ አበድ የሚመስለው፤መንግሥት <<ፀረ ሰላም ሃይሎች>> በሚል እንደ ጠላት በሚያያቸው ተቃዋሚ ወገኖች ተገዝቶ አደጋ ይጥልብኛል ብሎ የሚወነጀለውም ይሁን ባገር ዜግነት የማይፈለገውን ቀን የጎደለበት የሕዝብ አይነት በሰላዮች ክትትል እንደሚደረገበት ፈቃዱ ሞላም የታወቀው ይመስላል። በተለይም የወያኔ ሰላዮች መሃል አገር እየገቡ ይሰልሉ የነበረውም እብድና በልመና የተሰማራ የኔ ብጤ መስለው እንደነበር ፈቃዱ ሞላ ጆሮ ከደረሰ የሰነበተ ያደባባይ ሚስጥር ነው። የአድዋ ድል መቶኛ ዓመት መታሰቢያ ሲከበር መንግሥት የአገሪቱን ፀጥታ መቆጣጠሩን ለማስመስከር ከተሜው ታጣቂ እያለ በሚጠራቸው የፀጥታ አስከባሪዎቹና አፋኞቹ አማካኝነት ከምኒልክ ሐውልት እስከ ደጃች ውቤ ሠፈር መገንጠያ ድረስ ያለውንና በሌላም በኩል እስከ አቡነ ጴጥሮስ ሐውልት ከዚያም ለጥቆ በቀደሞው ማዘጋጃ ቤት ዙሪያ ያለውን አካባቢ ከድሃው፤ ከየኔቢጤው፤ ከአይነ ስውሩ ከቆማጣው፤

■ ■ ■ አድዋ ከዋዜማሽ እስከ ድል ቀንሽ ■ ■ ■

ከአውቆ አበድና ከመሳሰለው ደህና አፅድቶታል። ከታጣቂውና ከደህንነት ሰራተኛ አፈና የተረፈው እብዱ ፈቃዱ ሞላ ብቻ ይመስል ሌላ እሱን የመሰለ እብድና የኔ ቢጤ በዚያ አካባቢ አይታይም። ይህም ሆኖ ፈቃዱ ሞላ ስጋቱ አለቀቀውም። ካሁን አሁን ታጣቂ የመጣበት እየመሰለው ይገላመጣል። ማንነቱን ለመደበቅ ፊቱን ሰው ትክ ብሎ እንዳያየው ለመሸሸግ ይሞክራል። በተለይም ለበዓሉ ብሎ የለበሰው ፀዳ ያለው ያለው ያገር ልብስ ያረንጓዴ ቢጫ ቀይ ጥብጣብ በአናቱ ፤ በወገቡ ከዚያም ዝቅ ብሎ እንደ አልቦ በእግሩ ላይ ጭምር ጠምጥሞ ማሰሩ ሥራውን ሁሉ የእብድ ካላስመሰለበትና ካላስጠረጠረው በስተቀር ለአድዋ ድል መቶኛ ዓመት መታሰቢያስ ደህና የተዘጋጀበት መስሏል።

ፈቃዱ ሞላ የበዓሉን መቶኛ ዓመት ለማብሰር የአራዳ ጊዮርጊስ ቀሳውስት ፀሎትና ቅዳሴ ከመጀመራቸው በፊት ቀደም ብሎ ከድሉ ሐውልት አጠገብ ተገኝቷል። የከተማው ፀጥታ አስከባሪዎችም አንድ ጅራቷ በተቆረጠ ላንድ ክሩዘር አይነት ባካባቢው ሲዘዋወሩ ቢያቸውም እሱ ግን ከሚኒልክ ሐውልት አጠገብ ፊቱን መለስ አድርጎ እነስርጉትን ለመጠበቅ የቆረጠ ይመስላል። ገና ሰው ወደ ድሉ ሐውልት ዝር ሳይል እዚያ መገኘቱን ታጣቂዎች ጠርጥረው እንኳን ይመጡብኝና እንደ አቻ አምናው ወስደው ያሹኛል ብሎ መስጋቱ ባይቀርም በዚህ በአድዋ ድል መቶኛ ዓመትስ የመጣ ይምጣ ብሎ የቆረጠ መስሏል። ታጣቂዎቹም በምኒልክ ሐውልት ዙሪያና ፈቃዱ ሞላ በቆመበት አካባቢ ይሽከርከሩ እንጂ እሱ ወዳለበት ጠጋ ለማለት አልሞከሩም። እሱ እነርሱን ሲያይ ያ የተለመደ ለብቻ የማውራቱ በሽታ ተቀሰቀሰበት።የምኒልክ ሐውልት ከታጠረበት የብረት አጥር ላይ አንድ እግሩን እንደማሾለክ አድርጓል። ትንሿን የእግሩን ጣት ንፋስ ለማስመታት ይመስል ከዳሩ በተሸነቆረው ብጥስጥሱ በወጣው አሮጌ ጫማው በኩል ብቅ አድርጓታል። ተረከዙ ባግድሞሹ ተነስቶለት ስለት የወጣለት እንጂ ተሄዶበት ያለቀ የማይመስለው ጫማውን እንዳደረገ ከላይ በኩልም ቀጭ ብጥስጥሱን ያወጣውንና፤ የሙት ልጅ የሚያስመስለውን እጅና እግሩን ከዚያው ከብረቱ አጥር መሃል እያሾ ይቆይና አይኑ ላይ የተከለውን፤ በግራ በኩል መስታወቱ የተሸነቆረ ጥቁር መነፅሩን እንዳደረገ በእጁ የያዘውን ኮሪጆ እያገለበጠ ለብቻው መናገር የያዘ።

<<አባቴ ካባቱ የሰማውን እኔም ካባቴ የሰማሁትን እነኚህ ያገሬ ባለሥልጣኖች ሰምተው ቢሆን ይሄን ሁሉ አይነስውር፤ ቆማጣ፤ የሚበላው የሚጠጣው የሌለው የኔ ቢጤ ለዛሬዋ የአድዋ ድል መቶኛ ዓመት ብለው ማዋከባቸውን ይተውት ነበር። አሁን እውነት ለምኒልክ ሐውልትና ለአድዋ ድል መቶኛ ዓመት መታሰቢያ መከበር ተጨነቅዋል ቢባል ሰው ያምናል>> ይል ጀመር፣ አይነስውሩ፤ ቆማጣው ልብሱ የቆሸሸው፤ የከተማው ጎስቋላ ታጣቂው የሚሽከረከርባትን ላንድ ክሩዘር እያየ ሲዋከብ እየተመለከተ።

<<ደሃው ያገሬ ህዝብ፣ ቆማጣውና አይነ ስውሩ ሳይቀር በአድዋ ጦርነት የሰራውን ጀብዱ ያገሪቱ መሪዎች ታሪክ ብለው ለታጣቂው አስተምረውት ቢሆን እንዲህ አውሬ አያደርገውም ነበር። እኔም እኮ እውነትም እብድ ነኝ፤ ያማኑኤሉ ሆስፒታል ሃኪም አልተሳሳተም። እንኳን የድሃውን፤ የለማኙን፤ የአይነስውሩን፤ የቆማጣውን ኢትዮጵያዊነት ይቅርና የራሳቸውንስ ማንነት ከኢትዮጵያዊነት አሳንሰውት፣ ሌላውንም በኢትዮጵያዊ ማንነቱ የሚያፍር አድርገው ጠፍጥፈው ሊሰሩት ምን ቀራቸው? በአድዋ ጦርነትስ ቢሆን ሕዝቡ አማራ፣ ትግሬ፤ ጉራጌ፣ ወላይታ፣ ሲዳማ፣ ሃዲያ ሆነ ከምባታ ሳይል ባንድነት ላገሩ ነፃነት የተዋደቀበትን ታሪክ በጭቃ የለወሱ አይደሉም እንዴ እነርሱማ>> አለ። ቀጠለ አደረገና ደግሞ ለብቻው ተናግሮ ሳይጨርስ ከጀርባ የከበደው ነገር ያለው መሰለው። <<ድንገት ዞር ቢል ለካስ እነስርጉትና ነሲቡ ኖረዋል። በዚያች አናቱ ላይ ባዞራት የአረንጓዴ ብጫ ቀይ ቆጭን ጥብጣብ ማንነቱን ቢያውቁትም የአለባበሱ ፀዳ ማለት ያልጠበቁት በመሆኑ ከኋላው ይቆሙ እንጂ ማንነቱን አላወቁትም ነበር። እሱ ግን አውቋቸው ኖሮ ሰላምታውም ቀረና በነገር ጠመዳቸው።

<<የአድዋን መቶኛ ዓመት መታሰቢያ የአንድ ወገን ድል ያደረገው ማን ነው?>>

<<እኔ ምን አውቃለሁ። አንተስ ማንን ማለትህ ነው?>> ሲል ነሲቡ መልሶ ፈቃዱ ሞላን ጠየቀው

<<ታጣቂዎቹን ነዋ፤ ሌላማ ማንን እላለሁ። እኔስ ካባቴ የሰማሁትን የት አግኝቼ በነገርኳቸው። የኔ ቢጤው እኮ እነርሱን ሲያይ መግቢያ መውጫው ሲጠፋው አታዩትም እንዴ!>>

<<ምን ነካዎት ጋሼ ፈቃዱ በዛሬው ቀን እንገናኝ ያሉት ለዚህ ነው እንዴ?>> ስትል ስርጉት በመሃል ገባች። ባዩሽና ሰይፉም ተጠቃቀሱ። የስርጉት አነጋገር <<ያው መነካካቱ ጀምረህ ወይ?>> የማለት ያህል መሰሏቸው ደንገጥ ማለታቸው አልቀረም። በአድዋ ድል በዓል ዕለት እንገናኝ የተባባሉበትን ጉዳይ የሚያደፈርስባቸው መሰላቸው። ፈቃዱ ሞላ ግን የስርጉትን አባባል <<ጤነኞችን ነን ባዮቹ>> ባዩበት አይን አላየውም። ያው ያባቱን ፤ ያየቱን ጉዳይ ማነሳሳት ቀጠለ። ወዲያው ደግሞ አክብረውት፣ እብድ ነው ብለው ሳይንቁት፣ የማለዳ እንቅልፍ ሳያታልላቸው፣ በማለዳ ከታቀጠሩበት ሥፍራ በመገናኘታቸው ያስመሰግናችኋል ይላቸው ጀመር።

<<ያክብርልኝ! እናንተንም እንደዚህ ከመሰለው አንጎልነት ያድናችሁ! የናቴም ምርቃት አንጎልን ከመሰለ በሽታ ይጠብቅህ የሚል ነበር። እሷ ባለችው የሚሆንማ ቢሆን እንደናንተው ጤነኛ በሆንኩ ነበር። በእኛ አገር በችጋርና በሽታ የሚሞተውን ዜጋ እንዲሞት የሚወስነው

እግዜሩ ሳይሆን መንግስት የሚሉት የሕዝብ ክፉ ባላጋራ መሆኑን እናቴ መቼ አወቀች! እሷ ትምህርት የላት፣ ትምህርት ላለውስ ቢሆን እንዴ ተገላጠለት ሲባል መልሶ ይጋረድበታል። ያቺው ያልተማረችው እናቴ፤ በልቧ ቅንነት የምትመራዋ እናቴ መንግሥት ከሚሉት አውሬም ሆነ ተማርኩ ከሚለው ካገሬ ሰው አንዳንዴስ ትሻል ነበር። ይቅርታ እናንተን ማለቴ አይደለም። እናንተስ ቁም ነገረኞች ናችሁ። ይኸው በቀጠሯችን ሰዓት መጥታችኋል ፤ ያዝልቅላችሁ ብቻ>>።

ምርቃቱ ሲያበቃ ደግሞ <<ካባቴ ሰማሁ፤ አባቴ ደሞ ካባቱ ወረሰው>> የሚለውን ጉዳይ እያነሳ ቢያስቸግራቸው እነርሱም እንዲህ የከነከነውን ጉዳይ ካነሳው አይቀር እንዲጨርስላቸው ዳርዳር አሉ።

<<አባቴ እንኳን ለአድዋ ለማይጨውም ጦርነትም ቢሆን ትልቅ የሚባል አልነበረም። ታዲያ አባቱን ተከትሎ ማይጨው ዘምቶ መከራና ችግሩን ቀምሷል። አልቆሰለም ግን። አያቴ እርግጥ ቆስሏል። የአባቴ አባት አድዋ ሲዘመት ሕፃን ነበር። ይሁን እንጂ አባቱን ተከትሎ መዝመቱን ለአባቴ ሲያጫውተው እኔም ምንም ልጅ ብሆን አዳምጥ ነበር። አያቴ አድዋ ወድቀው የቀሩት ስመጥር ጀግና የደጃች በሻህ አቦዬ ጭፍራ ነበር። ታዲያ እኮ የከነከነኝ አሁን ነው። ታጣቂው ይሄንን የአድዋን መቶኛ ዓመት ለማክበር ደሃው መሰብሰቡን አልወደደውም። እኛ ድሆቹ አድዋን ለማክበር ምን ያንሰናል? አይታያችሁም እንዴ በዚያ በኩል ታጣቂው ለማኙን፤ ቆማጣውን፤ አይነ ስውሩን፤ ልብሱ ቆሸሽ ያለውን ሳይቀር በቆመጥ አናት አናቱን እንደ እባብ እየቀጠቀጠ በዚያች በወዲያ ማዶ በቆመች ጠልፎ በኪሴ ሲጭነው! እኔስ ይህን አይቼ እኮ ነው አባቴ ካያቴ ሰምቶ የነገረኝ ትዝ ያለኝ! ያኔ አድዋ ሲዘመት ደሃው ህዝብ አንድ ሳይቀር የእምዬ ምኒልክን ጦር ተከትሎ እንደዘመተ፣ ኋላም እንደ ባለውለታ ተቆጥሮ እምዬ ምኒልክ መጠለያ እንዳሰሩለት፤ በሐረርና ባዲስ አበባም በስማቸው አስጠርተውት በነበረው ሐኪም ቤት ነፃ ህክምና አዘወለት እንደነበር አባቴ ካያቴ ሰምቶ የነገረኝ እኮ ትዝ እያለኝ ነው። ድሃው ሕዝብ ይልቅስ ይበልጥ የአድዋን ድል ቀን መፅናኚያውና ያበደው ሳይቀር ጤንነት የሚሰማው በዛሬው ቀን አልነበር? ከታላላቅ ሰዎች ተርታ በታሪክ መዝገብ መግባት ያለበት እምዬ ምኒልክ የሚከበር፣ የሚወሳ ዛሬ ነበር። ጣይቱስ ብትሆን የምትከበርና የምትወሳ፣ ራሷን ችላ በታሪክ መዝገብ የምትገባ አልነበረች?>>

ፈቃዱ ሞላ ይህን እንደተናገረ ስርጉት አንድ ነገር የታወሳት መሰለች። አታቋርጠው ነገር ፈራችው። ባለፈው ጊዜ ተራ ጠብቆ ስለመናገር ጉዳይ ሲኞር ዲሚትሪ ምን እንዳዳስተማሯት እያነሳ ልክ ልኳን ነግሯታል። እሷግን በዋዜማው ከጋሼ ፈቃዱ ጋር የተገናኙ እለት የምኒልክ ታላቅ ሰውነት አለመፃፉ ያናደደው አንሶ ስለ ኢትዮጵያ ታሪክ አላነበብሽም ሲላት እሷ

አንብቤአለሁ ስትል ሳይደማመጡ መቅረታቸው ትዝ ብሏታል። ሆን ብላ አጋጣሚን የተጠቀመችበት ይመስል ገና እሱ ተናግሮ እንደጨረሰ ቶሎ ብላ ቀጠለችበት።

<<ስለ ምኒልክ ታላቅነት ጋሼ ጳውሎስ ጽፎታል! ጋሼ ጳውሎስ ፅፎታል!>>እያለች እንጣጥ እንጣጥ፤ ፈገግ፤ፈገግ እንደማለት እያረጋት ተናገረች።

<<የቱ ጳውሎስ? ያቶ ኞኞ ልጅ? አያረገውም አይባልም። ታዲያ እኮ የማስታወቂያ ሚኒስቴር የነበረው መካሻ በላቸው ለበላይ አለቃህ መልስ መስጠት ብቻ ሳይሆን ተጋፍተሃል ብሎ ያለ ጡረታ ከሥራ ያስወጣኝ ጊዜ ሊደግፈኝ የሞከረው ጳውሎስ ነበር። እንዲህ ነካ አድርጎኝም ተቸግሬ ከመንገድ ቆሜ ሲያየኝም ይመፀውተኝ ነበር። ነፍሱን ይማረውና ሌሎች የስራ በላልደረቦቼ የነበሩ እንዳላዩ ሲያልፉኝ እሱ ተጠይፎኝ አያውቅም ነበር። አንዴ ግን ተቀያይመን ነበር። የወሎ ረሃብ ጊዜ እሱ ከቤቱ ሙዳ ስጋ እየቀለበ እንደ ሰው ልጅ የሚያሳድገው ደቦል የአንበሳ ግለገል አለው ማለትን ስሰማ እኔም ምነው ሰው እንደ ቅጠል ሲረግፍ አንተ እንዴት ይህን ታደርጋለህ ብለው ይህስ እንስሳ ቢሆን ለማዳ ሆኖ ከሰው ልጅ ጋር በሰላም ከኖረ እንስሳስ ቢሆን የእግዜር ፍጡር አይደል? በገዛ ገንዘቤ ብቀልበው ምን ነውር አለበት ቢለኝ እኔም የምመልሰው አጥቼ ፤ በዚህ ጉዳይ ተቀያይመን ሳለን እኔም ከሥራ ወጥቼ ቀርሁ። በተረፈስ ደግ ሰው ነበር። እኔም የሰው ደምና ሬሳ አየሁና ጨርቄን ጥዬ ከናአካቴው አማኑኤል ገባሁ። እኮ ምን ብሎ ፃፈው ነው የምትይ ስርጉቴ? አያቴን ጠቅሷቸው ይሆን? እንዴት ኀብዘሻል! የፈረንጁን ትላልቅ ሰው ጨርሰሽ አውቀሽ ወዳገርሽ ሰዎች ተመልሰሻላ! እኮ ሲኞር ዲሜትሪ የሰሙ እንደሆን ጉድሽን እንዳያፈሉት። ስለ ምኒልክ ታላቅነት ያነበብሽ መሆኑን መውደዳቸውን እንጃ! እንዳይሰሙብሽ!>> እያለ ስርጉትን ፋታ ነስቶ ሲቀባባጥርባት እንደምንም ብላ አቋረጠችው

<<እንዳው ጋሼ ፈቃዱ የኢትየጵያን ታሪክ የማላነብና ያገራችንን ትላልቅ ሰው ሰዎች የማላውቅ መስሎት ትናንት በዋዜማው ዕለት ወርደውብኝ ነበር። እኔስ አንብቤአለሁ። ታዲያ እኮ ጳውሎስ ኞኞ ሲፅፍ በአድዋ ጦርነት ጊዜ የጣልያን ጦር መሪ የነበረው ጀነራል ባራትዮሪ ተማርኮ፣ በኋላም ወዳገሩ በተመለሰ ጊዜስለአድዋ ጦርነት የፃፈውን ማስታወሻ አንድ የጣልያን ጋዜጠኛ ማግኘቱን ይናገራል። አድዋ የዘመተው የምኒልክ ጦር ብቻ ሳይሆን ሕፃኑ፣ ሽማግሌው ከዚህም አልፎ ለማኙና ቆማጣው ሳይቀር ከመሃል እየገባ ይወጋን ነበር ብሎ ባራትዮሪ ከፃፋው አገኘሁ ብሎ ማለቱን ጋሼ ጳውሎስ ጠቅሶታል>> አለች። አነጋገሯ በስሜት ስለነበር አብረዋት የቆሙት ሁሉ በአድናቆት እንደተመለከቷት አይነ ውሃቸው አስታወቀባቸው። እነርሱም አንድ ቃል ሳይተነፍሱ ምልልሱ በስርጉትና በፈቃዱ እብድ መሃል ሆነ።

<<አዬ ጳውሎስ ያቶ ኞኞ ልጅ ካልጠፋ ሰው የጣሊያኑን ጋዜጠኛ ከመጥቀስ ይልቅ አያቴ አይሻለውም ነበር! እንኳን ይህንን ጉዳይ ቀርቶ የጦርነቱን ዝርዝር አንድ ሳያስቀር ጋዜጠኛው የማያውቀውን ጭምር ይነግረው ነበር ። አያቴን አልጠቀሰማ! አያቴ እኮ ደጃች በሻህ አቦዬን ተከትሎ ገና በአፍላ ወጣትነት እድሜው አድዋ ዘምቶ የቆሰለና የደማ እኮ ነበር ! ካያቴ ጋር ሳይገናኙ፣ ሳይተዋወቁ ቀርተው ነው እንጂ ከጣሊያኑ ጋዜጠኛ አሳምሮ ታሪኩን አያቴ ይነግረው አልነበር! ኢጣሊያኖች ይህንን ታሪክ ያሳፍረናል ብለው አለመደበቃቸውም አንድ ነገር ነው። አንዳንዴ ፈረንጅ ይሻላል። የኛ ሰው ቢሆን እዋረዳለሁ ብሎ አያደርገውም ነበር። ቢሆንም ከባዕድ ከመስማት ካባቶቻችን ታሪካችንን መስማት ይበልጥ ያኮራ ነበር ። ታሪካችንን ማን ጠበቀው ለማለት ነው ለራሳችን የውጭ ፀሐፊ ፍለጋ የምንሄደው!

እኔ ግን የሰማሁት ካያቴ ነው። አያቴ ግን የሞተው ገና በልጅነቴ ነው። አዬ የኔ ነገር! ለካስ ዘመኑን ሳስበው የዚያን ጊዜ ከጳውሎስ ጋር ሊገናኙ አይችሉም ነበር ። እርግጥ ያን ጊዜ ጳውሎስ መፅሐፍ ለመጻፍ አልደረሰም። እንኳን መፅሐፍ ሊፅፍ ተስፋ ገብረስላሴ ዘብሄረ ቡልጋ እያተሙ ያወጡት የነበረውን የመማሪያ ፊደል ከመቸርቸር አላለፈም ነበር ። ቢሆንም ከአያቴ ጋር ተገናኝቶ ቢሆን ከኢጣሊያ ጦር መሪ ከነበረው ከባራቲዮሪ አገኘሁ ከሚለው ጋዜጠኛ የተሻለ በአይኑ ያየውን አንዱንም ሳያስቀር ይነግረው ነበር። አይ ጳውሎስ ! አይ እኔን አፈር ይብላኝ። እውነቱን እየተናገረና እየጻፈ ከታሪክ ተወቃሽነት ራሱን አድኗል። እንደሌላው የነገሥታቱና የወታደሩም ሆነ የወያኔ መንግሥት አድርባይና አሽቃባጭ ደራሲና ጋዜጠኛ ሆኖ ከመኖር አለመኖር ይሻላል። እንደ እኔ እንደ ፈቃዱ ሞላ አንጎል መሆን በስንት ጣዕሙ! ብቻ ችግሩ ረሀብና ጥማቱ አስቸገረኝ እንጂ እብድነቱስ ችየዋለሁ። እብድ የሚርበው፣ የሚበርድና የሚጠማው የማይመስላቸው ብዙ ናቸው። አይደለም እንዴ?>> ሲል ጥያቄ ያቀረብ መሰለ።

ከጣልያን ትምህርት ቤት ጨርሶ ዩኒቨርስቲ ከገባ ሶስተኛ ዓመት የሆነው ሰይፉ አንድ ነገር የታወሰው መሰለ። በዩኒቨርስቲው ቤተ መጽሐፍት አግኝቶ ያነበበውንና ያገኘውን እውቀት ከፈቃዱ ሞላ ጋር ብቻ ሳይሆን ለቀሩትም ጓደኞቹ ለማካፈል ዕድል ያገኘ ያህል ቆጠረው።

<<የነስርጉት አስተማሪ እኮ ኢጣልያን አንድ ስላደረጋት ጋሪባልዲ፤ ከዚህም አልፎ የሮማውያን ስልጣኔ የፈለቀባትን ቬንስንና ጀነዋን፤ የሌዮናርዶ ዳቪንቼንና ሚኬላንጎሎ የኪነ ጥበብ ሙያ የፈለቀባትን አገር ታሪክ ሲያስተምር በዚያውም አባቶቹ በኢትዮጵያ ወገኖቻችን ላይ የፈፀሙትን ግፍ ሳይደባብቅ፣ የነቤኒቶ ሙሶሎኒን፤ የነግራዚያኒን አረመኔነት አብሮ ቢያስተምር፤ በገዛ አገራቸውም ፅኑ ሶሺያሊስት የነበሩትን የእነአንቶኒዮ ግራምቺንና ቶሊያቲን የመሳሰሉትን ሰዎች ታላቅነት፣ የኢጣልያንን ፋሺዝም ብቻ ሳይሆን ባገራችን ላይ

የተፈፀመውን ወረራ ጭምር የተቃወሙ እንደነበሩ አብሮ ቢያስተምር የኢጣልያን ትምህርት ቤት መምህር ቆዳው ነጭ በመሆኑ ብቻ ባልጠላንም ነበር። እነስርጉትም ከመንግስት ትምህርት ቤት ቦታ ጠፍቶ ከጣልያን ትምህርት ቤት መግባታቸውም ባልከፋ ነበር። በዛሬዋ ኢትጵያ ግን እነሲኞር ዲሚትሪ የተሻሉ ሆነዋል። እነርሱ የሚያፍሩበትን ዘረኛነት እኛ ወርሰነው ይኸው ዘረኛነቱና ጥላቻውን በእኛው መሃከል ስናጋግለው እንገኛለን። ለምሳሌ ያህል እኔ ግማሽ አማራና ግማሽ ኦሮሞ ነኝ። አንዱን ካንዱ አበላልጬና ካንዱ ለመጠጋት ስል ሌላው ላይ የጥላቻ መርዝ የምነሰንስበት ምክንያት አይታየኝም>> አለ።

የሰይፉን አነጋገር ሲሰማ ፈቃዱ ሞላ አለወትሮው ሀዘን ገብቶት ድምፁ ቁርር እያለ አይነ ውሃው ደፈረሰ። <<ለሰው ልጆች አኩልነት የሚጨነቁና በጦርነትም ሆነ በሰላም ጊዜ አብረውን ከጎናችን የቆሙ ሰዎች በምዕራቡ ዓለም ሆነ በኢጣልያ ነበሩ ነው የምትለኝ?>> ብሎ ሲናገር የተመለከቱ <<እብዱ ፈቃዱ ሞላ>>ን ሳይሆን በሌላ ጤነኛ ሰው ላይ የሚያዩት ገፅታ ሆኖባቸውና እነርሱም ሀዘን ገባቸው። የተሰማቸውንም ስሜት አንዳቸው ከሌላኛቸው ለመደበቅ አንዱ ካንዱ አይን ለመራቅ ይሞክር ጀመር። ይህ ሁሉ ሲሆን እነርሱ ልብ ያላሉት ጉዳይ ለካስ ተከስቶ ኖሯል።የአድዋን ድል ለማክበር ወደ አደባባዩ መምጣት የጀመረው ሰው ቁጥር እየጨመረ ሄዷል። ሰው ሰብሰብ ሲል ጠጋ ማለት የሚወዱትም ሕፃናት አንድ የሚያውቁት ሰው ያገኙ የመሰላቸውም የዚሁ ጊዜ ነበር። <<ጋሼ ፈቃዱ እብዱ ያውና>> እያሉ ድንጋይም ቢሆን ጠጠር ቢጤ እያነሱ እየወረወሩበት፤ እሱ ከነርሱ ለመሸሽ ሲሞክር እነርሱ የሚያባርሩት ሰው አለወትሮው ሰው መስሎ፤ ልብሱም ፀዳ ብሎ በወጣቶች ተከቦ፤ ሲያዩት ሕፃናቱ እውነት አልመሰላቸውም። ባንድ በኩል ባዶ ሆኖ በሌላው በኩል መሃል መስታወቱ የተሰነጠቀ መነፅር፣ ያረንጓዴ ቢጫ ቀይ ቀለም የባንዲራ ጥብጣቢ ደግሞ ባናቱ ላይ አስሮ ሌላ ሰው ለመምሰል ቢሞክር ከሕፃናቱ መሸሽግ አልቻለም። እነርሱም ገና ሲያዩት <<ጋሼ ፈቃዱ እብዱ>> እያሉ መጣራትና መጯጯሃቸው አልቀረም። ለካስ የእነኚሁ ሕፃናት ቅስቀሳ ተጨምሮበት ፈቃዱ እብዱን የሚያውቁትም የማያውቁትም፤ወሬውን የሰሙትም ያልሰሙትም እየተንጠራራ በዙሪያቸው መከበብ ጀምረው ኖሯል።

■ ■ ■ አድዋ ከዋዜማሽ እስከ ድል ቀንሽ ■ ■ ■

ምዕራፍ አምስት

በእብዱ ፈቃዱ ሞላ ዙሪያ የተያዘውም ውይይት ህዝቡ የአድዋን ድል መቶኛ አመት መታሰቢያ ብቻ ሳይሆን ድርብ በዓል ዕለተ ጊዮርጊስንም ጭምር ለማክበር የተሰበሰበ አስመሰለው። ወጣቶች ብቻ ሳይሆኑ ትምህርት ያላቸው የቢሮ ሰራተኞች፤ አባት አርበኞች፤ በእድሚያቸው ገፋ ያሉ ወንድና ሴቶች የዩኒቨርስቲ ተማሪዎች፣ ቄሶችና መነኩሴዎች፣ አንካሳ፣ አይነ ስውርና ቆማጦች ሳይቀሩ አደባባዩን ሞሉት። የዚህ ጊዜ ነው አንድ አራት የሚሆኑ ታጣቂዎች አንድ አንድ እያሉ ወደ ተሰበሰበው ሰው ራመድ እያሉ መምጣት የጀመሩት። አንድ ሁለቱ አዲስ አበባ ከገቡ የከረሙትን አይመስሉም። እርግጥ አንዱ ያሳስታል። ፀዳ ያለ የመደበኛ ወታደር ልብስ የለበሰ ነው። አዲስ አበባ ከገባ የከረመ መሆኑ ባነጋገሩ ልስላሴና በርጋታው ያስታውቅበታል። ቁምጣውና የአዳል ነጠላ ጫማው ቀርቶ የመደበኛ ወታደር ዩኒፎርም ለብሷል። ዝናርም ታጥቋል። ህወአት ኢህአዴግ አዲስ አበባ የገባ ጊዜ ይዟቸው የገባው ታጣቂዎች ምን እንደሚመስሉ ለሚያስታውስ ይህንን ታጣቂ ከእነርሱ መካከል የነበረ ነው የሚል የለም። የበርሃው ኑሮ በክሳቱና በፊቱ መላላጥ ያስታውቅ ነበር። አሁን ግን ሰውነቱ መለስ ማለቱ ብቻ ሳይሆን ከክሳቱ የተነሳ ባጥንቱ ላይ የተጣበቀ ይመስል የነበረው ቆዳው በሽሮ ታሽታ በመቃ የተነፋች ድሮ አስመስሎታል። አነጋገሩም ቆጠብ ያለና ይህንን ያህልም ምሬት ያለበት አይመስልም። ይኸው ታጣቂ ሌሎቹን ጓደኞቹን እየመራ እነስርጉትና ነሲቡ ፈቃዱ ሞላን ከበው ከቆሙበት ተጠጋ።

<<ከምኒልክ ሐውልት ዙሪያ ራቅ እንድትሉ ትዕዛዝ ተቀብለናል። በሰላም ዞር እንድትሉ እንጠይቃለን>> ሲል ይኸው ከታጣቂዎቹ መሃል አፉ ፈታና አለባበሱም ፀዳ ያለው ታጣቂ

የያዘውን የድምፅ ማጉያ ወዳፉ አስጠግቶ ተናገረ።

ቀጠል አደረገና ደሞ <<ከሐውልቱ ወደ ትራፊክ ፖሊስ ማመልከቻ ወይም ወደ አንደኛ ወረዳ ፍ/ቤት ጋ ሂዱ እንጂ! እዚህ ሃውልቱ አካባቢ መገኘት በጥብቅ የተከለከለ ነው>> ሲል በዚያው በድምፅ ማጉያው ተናገራቸው። ፈቃዱ ሞላ ታጣቂዎቹ እንዳይለዩት በሰው መሐል ለመደበቅና የሰውን ትከሻ ተከልሎና አንቱን አቀርቅሮ ካይናቸው ራቅ ለማለት ሲሞክር ባዩሽ ከየት ያመጣችው ድፍረት እንደሆን አይታወቅም አንድ ነገር ጣል አደረገች።

<<እዚህ መሃል ቃሉን ለፖሊስ የሚሰጥ ወይም ወረዳ ፍ/ቤት ቀጠሮ ያለው ሰው የለም። ለምንድን ነው ወደ ፓሊስ ጣቢያውና ፍርድ ቤቱ የምንሄደው? ሁላችንም በሌሊት ከቤታችን የወጣነው የአድዋን ድል መቶኛ አመት መታሰቢያ በኢትዮጵያዊነታችን በኩራትና በሰላማዊ መንገድ ለማክበር ነው። ለምን ብለን ነው ከአደባባዩ ርቀን የምንሄደው?>>

ይህንን ስትል የሰማው በአደባባዩ የተሰበሰበው ሰው ፈራላት። ሌላው ገና ከበርሃ ከተማ የገባ የሚመስለውና የበረሃ ቁምጣውን ያላወለቀ ታጣቂ ክላሽን ኮቱን ከትክሻው ወደ ደረቱ አውርዶ በአይኑ ይፈልጋት ጀመር። ባዩሽ ከሰው መሐል ገባች። ለዚህ ጊዜ ለማዳ የሚመስለው ታጣቂ ጣልቃ ገባ።

<<ለክፋት አይምሰላችሁ፤ ከዚህ ሂዱ ያልነው። እኛም ታዘን ነው። ከሰው መጋጨቱና መናከሱ ሰልችቶናል። ከነገ ዛሬ ወደ ክልላችን እስከምንሄድ ድረስ ታገሱን። ከዚህ ሐውልት ወደላይ ሂዱ ያልነው ታዘን ነው>>።

እሱን ተከትሎ ሳይናገር የቆየው ሶስተኛ ታጣቂ ድምፅ ማጉያውን ከጓደኛው ተቀበለና የታዘዙትን ለማስፈፀም እንጂ ከተራው ህዝብ ጠብ እንደሌላቸው ለማስረዳት በብሔሩ ቋንቋ የመናገር መብቱን መጠቀሙ ይሁን አይሁን ያወቀለት ባይኖርም አንደበቱን ያፍታታ ጀመር።

<<ንሰም ምክትል ጠቅላይ ሚንስተርን አሮሞ ፕሬዘደንትን ከምዝመፁም ስለዝኾነ ሰዓትን ደረሰ ማለቴይ እምበር ብኻልእ ኣይኮነን>> ብሎ ተናገረ።

በአደባባዩ የተሰበሰበው ህዝብ የከነከነው ጉዳይ ታጣቂው የተናገረበት ቋንቋ አልነበረም። ህዝቡን የከነከነው የወያኔው መሪና ያገሪቱን ስልጣን በመዳፋቸው አስገብተው የያዙት ጠቅላይ ሚኒስቴሩ በዚህ በመቶኛው የአድዋ ድል በዓል መታሰቢያ በምኒልክ ሐውልት ስር ተገኝተው በዓሉን ለማክበር ያልቻሉበትን ምክንያት ሆነ። ጉዳዩ አንዱ ከአንዱ ጋር የመነጋገሪያ ብቻ ሳይሆን ጠቅላይ ሚኒስቴሩ የቀሩበት ምክንያቱ ለዚህ ሳይሆን ለዚያ ሳይሆን አይቀርም የሚል ግምት ብቻ ሳይሆን እያለ እሰጥ አገባው ያልታሰበ አቅጣጫና ውይይት

አስከትለ። የዚህ ጊዜ ነሲቡና ስርጉት ከሰይፉና ባዩሽ ነጠል ብለው ወደታጣቂዎቹ ተጠግተው ጠቅላይ ሚኒስቴሩ የማይመጡበትን ምክንያት ጠይቀው ለመረዳት ፈለጉ። መጀመሪያ ታጣቂዎቹን ፈሯቸው። ከዚያ ደግሞ <<ብንጠይቃቸው ምን ያረጉናል፤ እንጠይቃቸው>> ተባባሉ። <<ሴት ስለሆንሽ ምናልባት በክፉ አይጠረጥሩሽም ይሆናልና አንቺ ጠይቂያቸው። ለማንኛውም እኛም አብረንሽ እንቆማለን>> አሏት ስርጉትን።

<<እነኚህም እኮ አንደኛው ወጣቶች ናቸው። በዚህ ላይ ጭቁኖች ናቸው። አውሬ አድርገን መመልከት የለብንም። ምን ያርጉ ታዘው ነው። አለዚያ የእነርሱ ሴኩሪቲ ይበላቸዋል።በዚያ ሰሞንስ ከከተማው ኖሮ እየተለማመዱ፣ አጥፍቶ ጠፊ ባህርያቸው እየለቀቃቸው፣ ከህዝቡ እየተቀላቀሉ፣ ጭካኒያቸው እየቀረ፣መሪዎቻቸው እንደነገሯቸው ህዝቡ ሁሉ ፀረ ትግሬ አለመሆኑን እያዩ መራራት ያሳዩትን ውሎ አድሮ ያምፁብናል ብለው መድረሻ እንዳሳጧቸው ከተሜው አውርቶ ጨርሶት የል? አንዳንዶቹም እንደ አለቆቻቸው ጉቦና ዘረፋውን ምቾትና ዝሙቱን አጧጥፈዋል የተባሉትን፤ በቀላሉ በፀረ መንግሥት ሃይል ሊገዙ ይችላሉ ብለው አንድ መቶ የሚሆኑትን ታጣቂዎች የት እንዳደረሷቸው ጠፍቶ የል እንዴ! ወዲያው ደግሞ ለህዝባዊ ወያኔ ሃርነት ትግራይ የታመኑ፤ በዘር የጥላቻ <ንቃተ ህሊና> የሰለጠኑ አንዳንድ ፍሬ ልጆች፣ ደብተርና እርሳስ ይዘው ትምህርት ቤት እንደመላክ ካላሺንኮቭና ኡዚ እያሸከሙ ግማሾቹን ከአድዋ፣ ግማሾቹን ደግሞ ከመቀሌ፤ ከአዴግራትና ከሽሬ ለቃቅመው አዲስ አበባ አምጥተው እንዳፈሰሷቸው እውነት ይሁን ውሸት ባይታወቅም ከተማው በሰፊው ሲያወራው ሰምተን የል ብላ>> ወደታጣቂዎቹ ጠጋ አለች።

<<እኔስ ማወቅ የምፈልገው ያገሪቱ ጠቅላይ ሚኒስቴር ምን ሆነው ነው?>> ብላ ስትል አማርኛውን አሳክቶ መናገር የተሳካለት የሚመስለው ታጣቂ ቀለብ አደረጋት

<<አድዋ የሚከበር አድዋ ላይ ነው። ምኒልክ ደግሞ ቅኝ ገዥ ነው። ጠቅላይ ሚኒስቴሩን ወክለው ኦሮሞው ፕሬዝዳንት በአድዋው ድል መቶኛ አመት መታሰቢያ ላይ ተገኝተው አበባ ጉንጉን ለማስቀመጥ ይመጣሉ። ስለዚህ ከዚህ ዞር ማለት አለባችሁ። ለፀረ ሰላም ሃይሎች መሳሪያ ከምትሆኑ ማለቴ ነው>> ብሎ ሲመልስ ግማሽ ኦሮሞነት አለብኝ የምትለው ባዩሽ ጆሮዋን ጣል አድርጋ ትሰማ ኖሮ <<አይ የሳቸው ይሻላል። በምኒልክ ቅኝ ገዥነት የተያዝኩ ኦሮሞ ነኝ ብለው አሻፈረኝ አለማለታቸው>> ስትል ተናገረች።

<<ፕሬዝደንቱ እኮ ምን ስልጣን አላቸው ብላችሁ ነው። የታዘዙትን መፈጸም ነው። ስልጣኑ አኮ ያለው ማን እጅ እንደሆነ አገር የሚያውቀው ነው>> በማለት ስርጉት ስትናገር ነሲቡ ጣልቃ ገባ።

<<እኔ የሰማሁት ፕሬዝደንቱም ቢሆኑ ምኒልክን በቅኝ ገዥነት ሲከሱና ኦሮሞው በአማራ ጭቆና ስር እንዲወድቅ ያደረገ ነው እያሉ በምክር ቤት ሳይቀር ያንኑ ሲደጋግሙ ነው>> ሲል ነሲቡ ጣልቃ ገባ።

<<ኧረ የሳቸው ይሻላሉ። በታሪክ የተፈፀመ ግፍና በደል ካለ አፍረጥርጠን እንነጋገርና ይቅር እንባባል እያሉ ይከራከራሉ ሲባል ነው የሰማሁት እንጂ አክራሪ አይመስሉኝም። ሌላው አክራሪ አለ አይደል? የምኒልክ ሃውልት ከዚህ ካልተነሳ እያለ በጥላቻና ምሬት የሚብጠለጠል? በምኒልክ ከምንገዛ በነጭ ቅኝ ገዥዎች በተገዛን፣ ያን ጊዜ በሥልጣኔ የት በደረስን የሚል ሞልቶ የለም እንዴ?>> ስትል ስርጉት ተናገረች

<<አማራ የሆነ ሁሉ ኦሮሞ ህዝብ እግር ላይ ድንጋይ ታሽክሞ በመውደቅ፤ ይቅርታ መለመን አለበት የሚል ስንት አክራሪ አለ አይደለም እንዴ!>> በማለት ሰይፉም አከለበት።

ባባቷ በኩል ግማሽ ኦሮሞነት ያለባት ባዩሽም << አይ እኔ የሳቸው ይሻላል ማለቴ ለኦሮሞው ፕሬዝደንት ጥብቅና ለመቆም አይደለም። ቢሆንም በቴዎድሮስ ዘመን ተሞክሮ ያልተሳካውን፣ አገሪቱን አንድ ለማድረግና የተማከለ፣ ዳር ድንበሩ በአውሮፓ ቅኝ ገዥዎች የማይደፈር ማዕከላዊ መንግሥት ለመመስረት በተደረገው ዘመቻ ለጠፋው የሰው ህይወት መፀፀትንና በቅኝ ገዥዎች ላይ የተገኘውን ድል ለይቶ ማየት የሚያስፈልግ ይመስለኛል>> ስትል ከየት እንዳመጣቸው የማይታወቅ ብስለት የተመላው አነጋገር ስትናገር ስርጉት፣ ነሲቡና ሰይፉ እውነትም ባዩሽ አለመሰለቻቸውም። ወዲያውም ስርጉት ትቀበልና <<ባይሽ እኮ እውነት አላት። ይህ በታሪክ የተፈፀመም ቢሆንና ልንመልሰው የማንችል ቢሆንም የመፀፀት ስሜት በሁላችንም ዘንድ እንዲኖር ስትል የተናገረችው ትክክል ይመስለኛል>> አለች

<<ይህንንም ብል አድዋ የኔም ድል ጭምር ስለሆነ ነው እዚህ መገኘቴን አትርሱ>> ብላ ባዩሽ ከስርጉት ተቀብላ ተናገርችና ነሲቡ ደግሞ << ባዩሽ፣ ባዩሽ፣ አፋን ኦሮሞ ኢምቤክታ? እኔ እኮ ፈፊቲ፣ ፈፊቲ እንጂ ሙሉ ኦሮም ስላልሆንሽ ኣፋን ኦሮሞ የትምችይ አይመስለኝም ነበር። ያንን አማራ ቦይ ፍሬንድሺን አፋን ኦሮሞ አላስተማርሽወም?>> ሲል በቀልድ መልክ ሌላ ጉዳይ አነሳባት።

<<በፍቅርዬ የመጣ በአይን የመጣ ነው። የተዋደድነው ብሄር ሳንጠያየቅ እንደ ሰው ነው። ለቋንቋ ደግሞ ትልቅ ፍቅር ያለውና እንኳንስ አፋን ኦሮሞ እንግሊዝኛውንና ፈረንሳይኛውን ሲያቀላጥፈው አንተስ ታውቅ የል እንዴ>> ብላ እሷም መለሰች።

<<ይህን ጊዜ እኮ አዚህ መቶኛው አመት የአድዋ ድል በዓል ላይ እዚሁ ምኒልክ ሃውልት

አጠገብ ተገኝተን ለማክበር መገናኘታችንን እኮ አንዳንዶች እንደ ትምክህተኛ አማራ፣ ወይም ደግሞ የደርግ መንግሥት ደጋፊ ልንመስላቸው እንችላለን>> ስትል ስርጉት ስትናገር ሰይፉ ቀበል አደረጋት

<<አንቺ ደግሞ አንዴት እንዲህ ትያለሽ? ባዩሽና እኔ እኮ ፊፍቲ ፊፍቲ አሮሞነታችንን አትርሺ። አንቺስ ብትሆኚ አማራነት ምን እንደሆነ የሰማሽው ይህ የወያኔ ኢህአዴግ መንግሥት ከመጣ ነው ስትይ በተደጋጋሚ ሰምቼስ የለም እንዴ?>>

<<አንዳንዴ እኮ አክራሪነቱን የሚያብሰው ፊፍቲ ፊፍቲ ያለበት ነው። እታመን ብሎ ዘረኛነትን ያናፍሳል። በሻብዕያም በኩል ግማሽ የሆኑት፣ በወያኔም በኩል ግማሽ የሆኑት፣ በኦነግም በኩል ግማሽ የሆኑትሲያከሩ የታዘብናቸው አንድ ሁለት አይባሉም። እርግጥ አንዳንድ ፊፍቲ ፊፍቲ የሆኑት ሁለቱንም ወገን ለማቻቻል ከእኛ መቶ በመቶ ከአንድ ብሔር ከሆነው የላቀ ችሎታ ያላቸው ይመስለኝ ነበር። ለዚህም ባዮሽ አንድ ትልቅ ምሳሌ ነች። ችግር የሚሆነው ከሁለቱም ወገን የዘር ነገር ይከርና ፊፍቲ ፊፍቲ ያለበትን ተጠራጣሪ ያደረገው እንደሆነ ከሁለቱም ሳይሆን ይቀራል። እንደኔ ከሁለቱም አይነት ብሄርተኛነት ነፃ ሆኖ ለማንኛውም የሰው ልጅ እኩልነት መከራከርና በጽናት መቆምን የመሰለ ታላቅ ነገር የለም። ቢሆንም የዚህ አይነቱን ግለሰብ መብትና ነፃነት የሚጠብቅለት ከዘሮችና ሃይማኖቶች በላይ የሆነ መንግስት ነበር። አንዱ አንዱን ሳይፈራና አንዱ በአንዱ ላይ የበላይነት ሳይሰማው በኢትዮጵያዊነቱ አብሮ የኖረበትን ቅርስ የዲሞክራሲያዊ አዲስ አኗኗር ስልት እያደሰው እንዲሄድ ዕድል የሚሰጥ መንግስት በሀገራችን ገና አልተፈጠረም። የሚመጣበትን ቀን ለማሳጠር መበጣጠስንና እርስ በርስ መነካከስን መታገል ይጠብቃል>> ሲል ያ ወያኔ በተኮሰው ጥይት የሴት ጓደኛው የቆሰለችበት የዩኒቨርስቲ ተማሪ እሱም ውይይቱን ያዳምጥ ኖሮ ጣልቃ ገብቶ ተናገረ።

<<ለማንኛውም እኔ ወያኔ የሚፈልገው አይነት አማራ ሆኜ እንደገና መሰራት አልፈልግም>> ስትል ስርጉትም ተናገረች።

ይህንን ሲነጋገሩ የሰማችው ባዩሽ በነገሩ ጣልቃ ገባች።

<<እስካሁንሽ ኢትዮጵያዊ እንጂ አማራ ሆኖ መውጣት የራስን ማንነት ማሳነስ እየመሰለሽ እንደተቸገርሽ ስንት ጊዜ ነግረሽን የለም እንዴ? በዚህ ላይ ያ ለትምህርት አሜሪካ የሄደው ቦይ ፍሬንድሽ ትግሬ አይደለም እንዴ? ደግሞስ የደርግ ዘመንስ ቢሆን እኛን ለመሰሉ ወጣቶች እልቂት አይደለም እንዴ ያደረሰው?>> ብለው ሁሉም ተሳስቀውና ተግባብተው ወደዋናው ከታጣቂው ጋር ወዳነታረካቸው ጉዳይ ተመለሱ።

<<እኛ ግን ታጣቂዎቹ የሚነግሩን ከሆነ መጠየቅ ያለብን ያገሪቱ ጠቅላይ ሚኒስቴር ምን ሆነው በዚህ በዓል እንደማይገኙ ደግመን ብናጣራ ጥሩ ነው>> ብሎ ነሲቡ ሲናገር ስርጉት ሌላ የሚነግሩን ጉዳይ ከሌለ በስተቀር ነግረውናል። እንዳው የምታጣራው ጉዳይ ካለህ እሺ>> ብላ እሷም አብራ ታጣቂዎቹ ወዳሉበት ተጠጉ። ፈቃዱ ሞላም ከታጣቂው መሸሽን ረስቶት ኖሮ እሱም እነርሱኑ ተከትሎ ተጠጋ። ታጣቂዎቹ የስርጉትንና ነሲቡን ፤ የባዩሽንና ሰይፉን፤ የእብዱን ፈቃዱ ሞላን ጭምር ወደ እነርሱ መጠጋት ከምንም አልቆጠሩት። ነሲቡ መልሶ ያንኑ የጠቅላይ ሚኒስቴሩን በበዓሉ ላይ ያለመገኘት ጉዳይ አነሳባቸው። ታጣቂዎቹም ቀደም ሲል አንዱ ጓደኛቸው የሰጣቸውን መልስ መልሰው ይነግሩት ጀመር።

<<እንደተናካሽ ውሻ የሚፈሩ የሚመስሉት ለካስ በሩቅ ነው>> ብላ ያመነች ይመስል ስርጉትም ዘና ብላ አነጋገረቻቸው። በዚያ የተሰበሰበው ህዝብ ሁሉ የጠቅላይ ሚኒስቴሩን በበዓሉ አለመገኘት ሰማ። ካፍ ወደ አፍ እያለ ወሬው በምን ፍጥነት እንደተዳረሰ ለማመን እስከሚያስቸግር ድረስ ከዳር እስከዳር ተዳረሰ። ታጣቂዎቹ የከተሜውን አጥብቆ መጠየቅ ለምን እንደሆነ አልተረዱትም። ነገሩን ሳይጠረጥሩና ሳያብጠረጥሩ ጠቅላይ ሚኒስቴሩ በክልላቸው በተለይም በአድዋ ተገኝተው በዓሉን ለማክበር መሄዳቸውን ተናገሩ። ይህንን ሲናገሩ ድንገት ከጆሮው ጥልቅ ያለው ፈቃዱ ሞላ አንድ ነገር ጣል አደረገ።

<<አይ ምነው? ዘመድ ደህና አይደል ይሆን እንዴ? አይ እናቴን! እንኳን ሰው ያደጉበት መንደር፤ገደሉ፣ ዳገት፣ ሽንተረሩ ሳይቀር እኮ ይናፍቃል>> ሲል ፈቃዱ ሞላ ጣልቃ ገብቶ ተናገረ። እነ ስርጉት ተደናገጡ። እነርሱ ብቻ ሳይሆኑ የቀረው የአድዋን ድል ለማክበር የተሰበሰበው ህዝብ ጭምር ፈራለት። ታጣቂው ግን የፈቃዱ ሞላን አነጋገር በክፉ አልተረጎመውም።

<<የአድዋን መቶኛ ዓመት እዚያው አድዋ ጦርነቱ ከሆነበት ለማክበር ብለው እንጂ ዘመድ ናፍቋቸው አይደለም>> ሲል አሁንም ያ ፀዳ ያለውና ትሁትነት የተላመደ፣ አማርኛውም የከተማውን የሚመስለው ታጣቂ መለሰ። ጉዳዩን የቀሰቀሱት እነስርጉትና ነሲቡ ቀሩና በዓሉን ለማክበር በአደባባዩ የተገኘው ህዝብ ጠቅላይ ምኒስቴሩ በዓሉን እዚሁ አዲስ አበባ ለማክበር አለመገኘታቸው ያበሳጨው ጀመር ። ነገሩን የቆሰቆሱት እንዲያውም ተመልካች ሆኑ።

<<ለአድዋው ድልና ለምኒልክ ጀግንነት ዋጋ የሚሰጡት ቢሆንና ይብሱን ህዝብ ቅር የሚሰኝበትን ከማድረግ የሚቆጠቡማ ቢሆን ይህን አያደርጉትም ነበር>> አሉ አንዱ አዛውንት።

■ ■ ■ አድዋ ከዋዜማሽ እስከ ድል ቀንሽ ■ ■ ■

<<እንኳንስ በአድዋ በሀገሪቱ ክፍላተ ሀገርና አውራጃ ሁሉ በዓሉ ቢከበር ባልከፋ። ነገር ግን አንድም መሪ ዋናውን ከተማና ሲከበር የኖረበትን ስፍራ ለቆ ከትውልድ ስፍራዬ ካልሆነ ባገሪቱ ዋና ከተማ በዓል አላከብርም ያለ የለም። ኧረ ጉዱ ገና ነው?>> ሲል ደግሞ አንድ ወጣት ቢጤ አዛውንቱን ተከትሎ ተናገረ።

<<ምነው በዚህ ቀን እንኳን ህዝቡን ባይከፋፍሉት!>> አለና በዚያ ሰሞን በዩኒቨርስቲ ኮሌጅ ታጣቂዎች በከፈቱት ተኩስ የሴት ጓደኛው የቆሰለችበት፣ ጢሙን ያንዠረገገ ወጣት ከጎኑ ለቆሙት ሰዎች ተናገረ። ከዚህ በፊት ይወቃቸው አይወቃቸው ደንታ አልነበረውም። በአደባባዩ መሰብሰባቸውን ብቻ ደፍሮ ሊያናግራቸውና የተሰማውን ስሜት ለመግለፅ ምክንያት ሆነው። ይህን ሲል የሰሙት ሌላ በእድሜያቸው ጠና ያሉ አዛውንት ተቀበሉት።

<<እውነትክን ነው ልጄ! እንዲህ ህዝብ ሆድ በባሰውና በተከፋበት ሰአት ምነው ይህንንም የእልህ ባያደርጉት!! አዬዬ! እንዳው ሰከን ብሎ የሚመክር ሽማግሌም ባጠገባቸው የለ? አይደረግም! እምዬ ምኒልክ በዓለ ንግሣቸውን በእንጦጦ ኪዳነ ምህረት ቤተ ክርስቲያን አስፈፅመው፣ በማግስቱም የባለቤታቸውን የእቴጌ ጣይቱን በዓለ ንግሥ አስከብረው መንገዳቸውን ወደ አድዋ አቅንተው በዚያው ድሉ የሳቸው ሆኖ፤ቀንቷቸው እንደተመለሱ፤ እዚሁ ቅዱስ ገዮርጊስ ቤተ ክርስቲያን ተገኝተው ለዚህ ላበቃቸው አምላካቸው ምስጋና አቅርበው አስቀድሰው ነበር ወደ ቤተ መንግስታቸው የተመለሱ። በሕይወታቸው እስካሉ ድረስ የአድዋን ድል በዓል በዚሁ አራዳ ጊዮርጊስ እየተገኙ ሲያከብሩት ነረዋል እንጂ አንኮበር ሄጄ ላክብረው አላሉም። ይሄ ስርአት በአጼ ኃይለ ሥላሴ ዘመነ መንግስትም ሆነ በደርግ ዘመን ሳይሻርና አንድም ቀን ሳይተጓጎል ኖሯል። ዋና ከተማ መሆኑ የምኒልክ ሐውልት እዚሁ በመተከሉ የአድዋ ድል መታሰቢያ ሐውልትም ይኸው በመሆኑ ብቻ እኮ አይደለም፤ ሁሉም ዘሮች እዚሁ ባሉበት ማክበሩ የሁሉም ኢትዮጵያዊ በዓል ያደርገዋል ለማለት እንጂ። ከመቶ ዓመት በኋላ ምን አዲስ ታሪክ ያስጀምራል! እውነትም የሚባለው ሁሉ እውነት ቢሆን ነው። ወጣቱ የሚያወራባቸው ኢጣልያኖች ይመኙት እንደነበረው ሕዝቡን በዘርና ሃማኖት ከፋፍለው ለማስተዳደር አንድ አድርጎ ሲያስተሳስር የኖረውን ያገሪቱን የታሪክ ባህል ቅርስ የሚንዱ ናቸው እያለ የሚላቸው ለካስ ምክንያቱ ይኸ ኖሯል!.>> ሲሉ እኚሁ በዕድሜያቸው ጠና ሸበቶ ጎፈሪያቸው ያንን የዩኒቨርስቲውን ወጣት አይን አይን እያዩ ተናገሩ።

የአድዋን ድል መቶኛ ዓመት ለማክበር የተሰበሰበው ሕዝብ ከፈ.ቃዱ ሞላ እብዱ የባሰ ያበደ የማይቆጭና ለብቻው የማይናገር የለም። ከእሱስ ንግግር በአደባባዩ ተገኝቶ በዓሉን ለማክበር በአራዳ ጊዮርጊስ የፈሰሰው ሰው አነጋገር ይመራል። በጠቅላላው እብድ ከጤነኛው፣ ጤነኛውን ከእብድ የሚለየው ድንበር ተጥሶ ካንዱ ተመሳስሎ ቁጭ አለ። በሌላ

በኩል ደግሞ የአድዋ ድል መቶኛ ዓመት እብዱ ከጤነኛ ጤነኛውም ከእብዱ የተቀላቀለበት ብቻ ሳይሆን ያገሪቱ መሪ በመሃላቸው አለመገኘት ራሱ ልዩ ፈውስ የሆናቸው መሰሉ። ጨቋኝና አምባገነን መሪዎች መሃሉን አገር ለጊዜውም ይሁን በዘላቂነት ጥለውላቸው በሄዱ ቁጥር ያለስጋት እንቅልፍ ተኝተው የሚያድሩ የኢትዮጵያ ዜጎች ብቻ ይመስል ዘና ብለው የአድዋን ድል መቶኛ ዓመት እነርሱ በመሰላቸው መንገድ ለማክበር ሳይነጋገሩ፣ ጉባኤ ሳይቀመጡ ተግባብተው የወሰኑ መሰሉ። እንኳን እነኚህ በአደባባዩ የተሰበሰቡት ይቅርና ፈቃዱ ሞላም ቢሆን ከእብድ ይልቅ ጤነኛ የሚል ምስክር ወረቀት ያገኘበትና የበዓሉም ዋና ተዋናይ ለመሆን የቻለው ዕለት ሆነለት። ይህ ብቻ አይደለም። ታጣቂውም የታዘዘበትን ጉዳይ እንደመዘንጋት እያደረገው የበዓሉ ጉዳይ የሳበው ይመስል የተሸከመውን ካላሺን ኮፍ አፈሙዝ ወደ መሬት ተክሎ፣ ከሕዝብ ጋር ተደባልቆ የሚሆነውን ይመለከት ጀመር። አልፎ ተርፎም በዓሉ የእሱም ጭምር መሆኑ የተሰማው ይመስል በዚያ የተሰበሰበው ሕዝብ ለበዓሉ ያለውን ስሜት በሆነው መንገድ ለመግለፅ ሲሞክር ታጣቂው መከፋቱን ትቶ በአንክሮ የሚያዳምጥና የእብዱ ፈቃድ ሞላን ትርዒት ሳይቀር በናፍቆት የሚጠበቅ መሰለ። ከዚህ በኋላማ የምኒልክ አደባባይ ለሕዝቡ የተለቀቀ ከመሆኑም በላይ የራሱን በዓል ከማክበር የሚያግደው ምንም ሃይል እንደሌለ አስታወቀ። የዚህ ጊዜ በአደባባዩ ዙሪያ ከፍታነት ወዳለው ሥፍራ ነሲቡ ራመድ ካለ በሁዋላ <<እንደማመጥ! እንደማመጥ!>> እያለ ይጮህ ጀመር። ስርጉት፣ ሰይፉና ባዩሽ፣ ፈቃዱ ሞላን ጨምሮ የሕዝብ አስተያየት ወደ እነርሱ ለመሳብ እያጨበጨቡ <<እንደማመጥ!>> አሉ። በተለይ ፈቃዱ ሞላ እንደ ጤነኛ ሰው የሰውን አስተያየት ወደነስርጉትና ነሲቡ ብቻ ሳይሆን ወደ እርሱም ጭምር ለመሳብ ሲሞክር ለተመለከተው እብድን ከጤነኛ የሚለየው ድንበር ለጊዜውም ቢሆን መወገዱ የጠቀመው እሱን ነው ማለት ይቻላል። የሚደመጥ የሆነው አነጋገሩ ብቻ አልነበረም። ድርጊቱም ያዝናናና ያሳቅ ጀመር። በተለይማ ከሕዝብ ብዛት የተነሳ ጮሆ ለመናገርም ሆነ ለመደማመጥ አስቸጋሪ መሆኑን በተገነዘበ ጊዜ ወደታጣቂዎች ሄዶ የያዙትን የድምፅ ማጉያ እንዲያውሱት ጠይቆ እነርሱም ሳይከለክሉት ተቀብሎ ለመናገሪያ ወደሚያመቸው ከፍተኛ ስፍራ ይዞ ሲመጣ ሕዝብ በተመለከተ ጊዜ ጀምሮ መሳቅና ማስካካት ብቻ ሳይሆን ያጨበጭቡለት ጀመር። ታጣቂዎቹም እንኳን ድምጽ ማጉያ ለመሪዎች ሕይወት መጠበቂያ የተሰጣቸውንና መሪዎቹም በሌላ ጊዜ ያንን ከሸከም በስተቀር ስራ የፈታ ካላሺንና ኡዚ መሳሪያዎቻቸውንም ቢሆን ከሕዝብ ጋር የሚያፍቅር እስከሆነ ድረስ ትጥቃቸውን ፈትተው ከህዝብ ለመደባለቅ የሚመለሱ አይመስሉም ነበር።

ስርጉት በታጣቂዎች በጎ ፈቃድ የተገኘውን ድምጽ ማጉያ ከፈቃዱ ሞላ ተቀበለችና <<አንድ፣ ሁለት፣ ሶስት>> እያለች ድምጿን ከሞረደች በኃላ የተሰበሰበው ህዝብ በፀጥታ ሊያዳምጣት እንደተዘጋጀ ሲታወቃት እንዲህ ማለት ጀመረች።

<<ጋሼ ፈቃዱ ሞላን ብዙው የከተማ ሰው ፈቃዱ እብድ እያለ እንደሚጠራቸው የታወቀ ነው። ቢሆንም እሳቸው ግን እብድም ልሁን ጤነኛ በዛሬዋ ዕለት ዕድሉን ስጡኝ፣ የአድዋን ድል መቶኛ ዓመት ምክንያት በማድረግ የምናገርው ነገር አለ ብለው እዚህ ከመሃላችን ተገኝተዋል። እስቲ አንድ ጊዜ ዕድሉን ሰጥተን እናዳምጣቸው>> አለች

<<ፈቃዱ እብዱን ለማዳመጥ አይደለም የመጣነው። ፈቃዱ ሞላ እብድ መሆኑን እናውቃለን። እዚህ የተሰበሰበው ሕዝብ በሙሉ አድዋን ለማክበር እንጂ ፈቃዱ ሞላን ለማዳመጥ አይደለም። እኔ በበኩሌ አላደርገውም>> ሲል አንዱ ወጣት ቢጤ ከሕዝብ መሃል ድምፁን ከፍ አድርጎ በብስጭት ተናገረ። እንደዚህ ወጣት የተበሳጩም ስለነበሩ ከሕዝብ መሃል እየወጡ ወደየቤታቸው ሊሄዱ ዳር ዳር ሲሉ ባዩሽ ድንገት የድምፅ ማጉያውን ከስርጉት ወሰደችና ወደመናገሪያው ብቅ አለች።

<<የሰው መብት እናከብራለን። መሄድ የምትፈልጉ መሄድ ትችላላችሁ። ጋሼ ፈቃዱ በዛሬው ዕለት እንኳ ከሰው እኩል አድርጋቸሁ ብታዳምጡኝ ብለው ቢጠይቁ ይህንን መብት መከልከል አይገባንም>> ስትል ተናገረች። የተሰበሰበውን ሕዝብ ጥሶ ሊሄድ የነበረውም ወጣት ሆነ እሱን ተከትሎ ከሕዝቡ መሃል እየወጣ ወደየቤቱ ለመሄድ ያኮበኮበውም ባለበት ረጋ። ፈቃዱ ሞላም በውዴታ ብቻ ሳይሆን በይሉኝታ ጭምር እዚያው በአደባባዩ ቀርተው ንግግሩን ለማዳመጥ የወሰኑት ሰዎች የቆሙበትን አካባቢ እየተመለከተ ወደመናገሪያው ስፍራ ጠጋ አለ።

<<ፋቃዱ እብዱ>> በሚል መጠሪያ የሚያውቁት ቢኖሩም ከእነርሱ ይልቅ አብዛኛው የአድዋ ድል መቶኛ ዓመት ለማክበር የተሰበሰበው ሕዝብ የፈቃዱ ሞላን እብድነት እዚያው ሲነገር የሰማ ነው። ቢሆንም እብድነቱ ሳይሆን በወጣቶች ተከቦና ተከብሮ ለንግግር መጋበዙ አንድ ቁም ነገር ቢኖረው ነው ብሎ የገመተ ይመስል ያለባበሱንም ሆነ የመነፅሩን ሁኔታ ሳይጠራጠር ሊያዳምጠው ተዘጋጀ። እሱም ከማንኛውም ጊዜ ይልቅ በዚች ዕለት ሙሉ ጤንነት የተሰማው መስሎ ቀረበ። አዳማጮቹ ከታጣቂው አፈሳ የተረፉት የሱ ቢጤ ድሆች፤ የኔ ቢጤዎች፤ አይነስውሩና ቆማጣው ጭምር አለመሆኑን የለየ ይመስል ድፍረትና ንቃት ተሰማው። የድምፅ ማጉያም ሳያስፈልገው ንግግሩን ጀመረ።

<<አባቴም የሰማው ካባቱ ነው። እኔስ ዕድለኛ ነበርኩና አያቴ በሕይወቱ እያለ የነገረኝ እስከዛሬ አልተረሳኝም። እንዳልረሳው አባቴ << እኮ! አያትህ የነገርህ ምን ነበር? እስቲ በል ንገረኝ?>> እያለ ገና በልጅነት ቁም ስቅሌን ያሳየኝ ስለነበር የአድዋን ትዝታ እንዴት አድርጌ ልርሳው! ኧረ አልረሳሁትም። ታዲያ ካባቴና አያቴ የሰማሁት ትዝ የሚለኝ በእምዬ ምኒልክ መሪነት ወደ ትግራይ ለመጓዝ የተንቀሳቀሰው ጦር ከእንጦጦ ተነስቶ ጉዞውን ሲጀምር እንዴት

እንደነበር የሰማሁት ሁሉ ፊቴ ላይ ድቅን ይላል። አድዋ ድረስ የነበረው የሰራዊቱ፣ የተከታዩ፣ የሴቱ የወንዱ፣ የሕፃኑ፣ የሽማግሌው የቄሱ፣ የደብተራው የለማኙ፣ የአንካሳውና የቆማጣው ጭምር አብሮ ያደረገው ጉዞ አያቴ ለአባቴ ሲነግረው፣ አባቴ <<በል ቁጭ ብለህ ስማ>> እያለ የሚለኝ አይረሳኝም። የጉዞውስ ነገር የነበሩበት ሲያወሩት አሁን በቅርብ የደረሰና አይን ስር ሲሆን የሚታይ እንጂ የዛሬ መቶ አመት የሆነ አይመስልም። አያቴ ደጃች በሻህ አቦዬን ተከትሎ ከምኒልክ ጦር ጋር ከተደባለቀ በኃላ አድዋ ሲዘመት የወጡትን ዳገት፣ የወረዱትን ቁልቁለት ተናግሮ ጨረሰ ስል ሌላ ዳገትና ሌላ ቁልቁለትይከተላል። ከዚህ ያለፉበትን ሸለቆ አያቴ ያነሰና በሠራዊቱና በሕዝቡ ብዛት የተሞላው ሸለቆ የተናወጠ እንጂ ሰው ያለፈበት አይመስለም ይለኝ ነበር ይላል። ከሰው ሁካታ ይልቅ አሁን ድረስ አልረሳ ያለኝ ብዙ ነገር ቢሆንም የጉዞውን ነገር ዳር ላድርሰውና አያቴ ያ ሁሉ ሰው አህያው በቅሎው አጋሰሱ ሳይቀር አብሮ ሲጓዝ መንገድ የጠበበ እንደሆነ መንገድ የሚሠራው ከመሃል ይወጣና ባንድ ጊዜ በግራ በቀኝ የጠበበውን መንገድ ያሰፋውና ጥርጊያውን ያስተካክልና በሉ እንግዲህ በዚህ እለፉ ይልና አያቴ የመጡበትን መንገድ ዞር ብሎ ለማየት ሲሞክር ያ ሁሉ ሠራዊት፣ ስንቅ የተሸከመው አጋሰስና በቅሎው፣ ለእርድ የሚሆነው ከብት፣ በግና ፍየል፣ ዶሮ ሳይቀር ካገር ተነቅሎ የሚሄድ የሚመስለው ሕዝብ ባለፈበት መንገድና በረገጠው መሬት እንዲት ለም ቅጠል እንኳን አለማየቱ ሲታወሰው የጦርነት መዘዝ፣ እንኳን በሰው በምድሪቱ ላይ ጥሎ የሚያልፈው ጠባሳ ቶሎ እንደማያገግም ይታሰበውና ተውኝ ልጆች! ተውኝ! ይል ነበር። ወዲያው ደግሞ ስለ አድዋ ማውራቱ ላይቀር እኛ ሕፃናቱ እምዬ ምኒልክን የጠቀምናቸው ጥቅም እንዲህ እንዳይመስልህ ይለኝ ነበር። በድንጋይ በወንጭፍ በባላባሊቾም ቢሆን አንድ የጣሊያን ወታደር መግደል ቢያቅተን አቁስዬ እሞታለሁ እያለ ያገሩን ነፃነት አላስደፍርም ብሎ የዘመተው እናት አባት ያለው ብቻ ሳይሆን የሌለውም ህፃን ጭምር ነበር እያለ አያቴ ለአባቴ ሲነግረው <<አባቴ ልብ ብለህ ስማ ብዬሃለሁ>> እያለ ካለሁበት ንቅንቅ እንዳትል እያለ ሲገስፀኝ አሁን ድረስ ትዝ ይለኛል>>።

<<እኛ ህፃናቱ እምዬ ምኒልክን የጠቀምናቸው ጥቅም እንዲህ አልነበረም>> እያለ አያቴ ሲናገር ከአድዋ መልስ የሰው ውለታ የማያስቀሩትም ንጉስ ነገሥት አፄ ምኒልክ እዚሁ ውሃ ክፍል ከተሠራበት ቤትና መሬት ሰጥተውት ነበር። እኔም የተወለድኩት እዚያው ነበር። ምን ያረጋል በኋላ ቦታው ለልማት ያስፈልጋል ብሎ መንግስት ግምት ሳይሰጥ ወሰደብንና ውለታ ተከፋይ ከማድረግ ይልቅ የትም ተበትነን እንድንቀር አደረገን እንጂ አራዳ ጊዮርጊስስ ተወልጄ አርጅቼባታለሁ>>።

<<ለመሆኑ አንተ እብድ ነክ ጤነኛ?>> ሲል አንዱ ሲያዳምጥ የቆየ ወጣት በፈቃድ ሞላ አነጋገር መነካቱን የሚገልፅበት ቃል አልመጣልህ ቢለው። የተሰበሰበው ህዝብ ግን አነጋገሩን

■ ■ ■ አድዋ ከዋዜማሽ እስከ ድል ቀንሽ ■ ■ ■

አልተረዳለትም። አንጓጠጠው። ፈቃዱ ሞላ ግን መልስ አላጣለትም።

<<እሱስ ካመመኝ ሰንብቷል። ጤነኛ እብድ ልትለኝ ትችላለህ። መካሻ ባላቸው ለበላይ አለቃህ መልስ መስጠት ብቻ ሳይሆን ትጋፋለህ ብሎ ከሥራ ያባረረኝ ጊዜ አመም አርጎኝ ነበር። እናቴ ነፍሷን ይማረውና በጠበሉም በእምነቱም እያለች ደህና ተሽሎኝ ነበር። የሰው ደምና ሬሳ በየመንገዱ አይቼ ለካስ ከዚያ የማይጠፋ አጋንንት እንደገና ተፀናውቶኝ ኖሮ አንጎል ሆንኩ እንጂ ደህና ነበርኩ። ታዲያ ምን ያደርጋል ተሻለኝ ስል በቅርብ ደግሞ ታመምኩ። ይኸው እኔን የለከፈኝ አጋንንት ከባህር ወጥቶ በሰሜን በኩል በየበርሃው ሲንከራተት አንዱን ወንድሜን ለክፎት ኖሮ ይሄው ወንድሜ ያደረበት አጋንንት ሰውነቱን ጨርሶት ሊገድለው ቢል የነጭ አዋቂ ዘንድ ሄዶ ይጠይቃል። ፈረንጁም ወደ ደቡብ ወርደህ ከዋናው ከተማ ደም ረግጠህ ቤተ መንግሥት የገባህ ዕለት ይለቅሃል ይለዋል። እሱም እንደተመከረው ያደርግና ከበሽታው ያድናል። እኔ ደግሞ የሚነሳብኝ የሰው ደምና ሬሳ ያየሁ ዕለት ነው። አጋንንት መቼም ካንዱ ጓዙን ሲለቅ ሌላ ማረፊያ ይፈልጋል የሚባለው እውነት አለው። ይሄው እኔ ላይ አረፈብኝና የቀድሞውንም ቀስቅሶብኝ ድርብ አጋንንት ሰፍሮብኝ እንደምታዩኝ ያስለፈልፈኛል። የምናገረውን አላውቅም። ታዲያ ግራዝማች ማሞ፣ የአርሲዋ እመቤት ልጅ ድረስ ሄጄ ተለምኖልኝ ነበር። የሰሜኑን አጋንንት ቋንቋ የሚያውቀው ጠፋ እንጂ! ግራዝማች ማሞም ቢቸግራቸው አንድ አዳማ ናዝሬት ከተማው ውስጥ የሚኖር የሙሶሎኒ ወታደር የነበረው ጣልያን ኤርትራ የኖረ ነውና ቋንቋውን ያውቃል ተብሎ ተፈልጎ ቢመጣ፤ ያጋንቱ ቋንቋ የተደበላለቀ ሆነበትና ሳይፈታው ቀርቶ ይኸው እንዳመመኝ እስከ ዛሬ አለሁ>>። የተሰበሰበው ህዝብ ይህንን ሲሰማ ማንን መተረብ እንደፈለገ ቢታወቀውም የሚያዝናና አድርጎ በመውሰድ በመሳቅና ማጨብጨብ በስተቀር የደነገጠለት ያለም አይመስል።

■ ■ ■ አማረ ተግባሩ በየነ (ዶ/ር) ■ ■ ■

ምዕራፍ ስድስት

በእብዱ ፈቃዱ ሞላ አነሳሽነት ያለ መንግሥት ፈቃድ በምኒልክ ሃውልት ዙሪያ መከበር የጀመረውን መቶኛውን የአድዋ ድል በዓል ለመታደም ለካስ አንዲት ማንነቷ እንዳይታወቅ ከንብንቧን አንገቷ ላይ ጣል ያደረገችና ሲያዩዋት ትምህርት ቢጤ ያላት የቢሮ ፀሃፊ የምትመስል ሴት እዚያው ኖራለች። አማርኛ አነጋገሯ የትግራይ ተወላጅ መሆኗ አስታወቀባት እንጂ ያለ ሹሩባ በላይዋ ላይ የለቀቀችው ዞማ ጸጉሯ ከዚህ ወይም ከዚያ ብሄር ተብላ ለመለየት የምታስቸግር ነበረች። በፈቃዱ ሞላ የተመሰጠች እንጂ የተቆጣችና እንደቀረው የወያኔ ደጋፊ ደሟ የፈላ አትመስልም። አዳምጣ አዳምጣው ደግሞ

<<አዩ የፈቃዱ ሞላ ነገር! ምንም ቢሆን መቀባጠር አይቀር!>> አለችና መቼም ምንስ ቢሆን ዮሐንስንና አሉላን የመሳሰሉ ጀግኖች ከፈለቁባት አገር ከሰሜን አይደለች? ማንንም ሳትፈራ ደፈር ብላ በበዓሉ አከባበር ጣልቃ ገባች።

<<ቢሆንም ከአድዋ ጦርነት በፊት ስንት ታሪክ እኮ አለ! የመቀሌው ጦርነት በዋዜማው የሆነ ነገር ነው። እንዳው ካናቱ ከመጀመር ታሪኩን እያጣሩ መሄድ ይሻላል። ከሁላችሁም በእድሜ ጌታ የሆኑ አዛውንት እዚሁ አብረውን ይገኛሉና እነርሱን ደግሞ እስቲ እናዳምጥ>> እያለች በአደባባዩ የተሰበሰበውን ሕዝብ እየጣሰች ሄደችና አዛውንቱ ከቆሙበት ደረሰች።

ቀጠል አድርጋም <<አንድ የሁላችንም አባት የሚሆኑ አዛውንት የአድዋን ድል መታሰቢያ ምክንያት በማድረግ ታሪኩን በተሟላ ለመንገር ፈቃደኛ ሆነዋል>> ብላ ለሕዝቡ ተናገረችና

እኚህኑ ሰው ወደመናገሪያው ስፍራ ይዛቸው ለመምጣት እጇን በጃቸው ውስጥ ጣምራ አስገብታ መንገድ ጀመረች። ሳይጠየቁ ፈቃደኛነታቸው የተነገረባቸው አዛውንትም ተጎትተው ከመናገሪያው ቦታ ደረሱ። ሕዝቡ አጨበጨበላቸው።

<<እግዜር ያክብርልኝ። እንዳከበራችሁኝ ያክብራችሁ። ታድያ አድዋ ሲዘመት እንኳን እኔ አባቴም አንድ ፍሬ ልጅ ነበር። እዚሁ ውሃ ክፍል ከተሠራበት እኛ ልጆች ሆነን ስንጫወት ጋሼ ስጠኝ የምንለው መሃላ ሲምል እንኳን ምኒልክ ይሙት ይል የነበረ፣ የግምጃ ቤታቸው ተላላኪ ልጅ ዘሩ ከቤኒሻንጉል የሆነ ደግ ሰው ነበር። ይኸው ሰው ልጆች ሆነን ስለ አድዋ ጉዞ ያጫውተን ነበር። አገልጋዩ፣ ደንገጡሩ፣ ከቤኒሻንጉል፣ ከጎመዝ የሚወለደው ሁሉ እንደ አማራው፣ ትግሬው፣ ጉራጌውና ኦሮሞው፣ ሲዳማውና ከንባታው፣ ሌላውም ጎሳ አንድም ሳይቀር ንጉሠ ነገሥቱን ተከትሎ ዘምቶ ስለነበር ጋሼ ስጠኝም አባቱን ተከትሎ አብሮ ከእንጦጦ ቤተ መንግስት ጀምሮ አድዋ የዘመተ ጀግና ነበር። በጦርነቱ ምንም ሳያገኘው ያው እግዜር የፈጠረለትም የሠራ አካላቱ ምንም ሳይጎድል ተመለሶ ኖሮ በዕድሜው ሞተ እንጂ ስለ አድዋ ጉዞ ለመንደሩ ልጅ ሁሉ ደህና አድርጎ ያጫውተን የነበረ አገሩን የሚወድ ሰው ነበር። አሁን ድረስ አይረሳኝም። አፄ ምኒልክ የኢጣልያ ጦር የራስ መንገሻን ጦር አቸንፎ፣ ትግሬን በመላ ወሮ፣ አሸንጌ መድረሱን የሰሙ ዕለት ነው ተኝቼ አላድርም ብለው ከእንጦጦ ተነስተው ጎዞ የጀመሩት። ታዲያ እኮ በልባቸው የገባው ኩራት ጣሊያኖች ባገራችን ለመግባት ባደረጉት ሙከራ የደረሰባቸውን ሽንፈት እያስታወሱ፣ ባምላካቸው ላይ ባላቸው ፅኑ እምነት እየተማመኑ፣ ከሳቸው ቀደመው አፄ ዮሐንስ ከግብፆች ጋር ባደረጉት ጦርነት ባገኙት ድል ኩራት እየተሰማቸው ነበር ጉዟቸውን ወደ ትግራይ ያቀኑት። ጣልያኖች በዶጋሊ፣ በኮዓቲት፣ በሰናዓፌ፣ በደብረ ኃይላ የደረሰባቸውን ሽንፈት ንጉሠ ነገሥቱ እያስታውሱ፣ በኢትዮጵያ ልጆች ጀግንነትና ቆራጥነት ሙሉ በሙሉ እየተማመኑ፣ ጉዟቸውን ቀጥለው አክሱም ፅዮን እንደደረሱ መልዕክተኛ ንጉሠ ነገሥቱ ድረስ መምጣቱን ጋሼ ስጠኝ የነገረን ትዝ ይለኛል። እነኚህም መላክተኞች ቀድመው ከጦርነቱ ስፍራ ከገቡት ከእነ ራስ መኮንን የተላኩ ነበሩ። መልዕክቱም አምባላጌና መቀሌ ላይ በሆነው ጦርነት የኢትዮጵያ ጦር ማቸነፋን የሚገልፅ ነበር። በተለይም የእቴጌ ጣይቱ ጦር የመቀሌን ምሽግ መስበሩን ንጉሠ ነገሥቱ ሲሰሙ ምንም ለማይሳነው አምላካቸው ምስጋና ማቅረባቸውን ጋሼ ስጠኝ ሲተርክልን አንድ ቁም ነገርም አብሮ ነግሮን ነበር። እርሱም በዚያች ዕለት አፄ ምኒልክ ከመሳሪያ ብዛትና ጥራት፣ ከሠራዊትም ብዛትና ጥራት ይልቅ ሃቅንና እርግጠኛነትን ይዞ የሚዋጋ ሠራዊት አቸናፊ እንደሚሆን ለተከታዮቻቸው ነግረው ጉዟቸውን ወደ አድዋ መቀጠላቸውን ነበር የነገረን። የጉዞው ነገር ግን አይጣል ነበር ይላል ጋሼ ስጠኝ ነፍሱን ይማረውና። የጉዞው መርዘምና ድካሙ እንዲህ አልነበረም ይለንና ያገርን ነፃነትና የኢትዮጵያዊነትን ክብር የማስጠበቅ ጎዳይ ሆነና ሠራዊቱም ሆነ ንብረቱን ለቆ አብሮ የዘመተው ሕዝብ በችግር ሳይፈታ መድረስ

አይቀርም አድዋ ደረሰ ብሎ ጋሼ ሰጠኝ ነግሮን ነበር>> ብለው እኚህ ጎፈሬ ሽበቷም ተናግረው እንዳበቁ ይህችው ሴት ወደሌላው አዛውንት ዞረች። <<ሥነ ሥርዓት>> እያሉ ሲጮሁ ሰምታ ኖር <<ሥነ ሥርዓትም መጠየቅ አያስፈልግዎ የሚቀጥሉት ተናጋሪ እርሶ ኖት>> ብላ የድምፅ ማጉያውን ሰጠቻቸው።

እኚህ ሰው ለካስ የመቀሌ ሰው ኖረዋል። ራሳቸውንም በማስተዋወቅ ጀመሩ። የማዕረግ ስማቸው ግራዝማች እንደሆነና ትውልዳቸውም መቀሌ ከተማው መሆኑን ተናገሩ። የግራዝማችነት ማዕረግ ያገኙትም ከቀድሞው ንጉሠ ነገሥት መሆኑን ገለፁ። ምክንያቱም ማይጨው ሲዘመት ለአርበኞች ቀለብ አመላላሽ ስለነበሩ መሆኑንና እንደሚኮሩበትም አልደበቁም። እንደ አያ ሽጉጤና አስመላሽ እንደሚባሉት ጓደኞቻቸው ደርግ ሥልጣን ሲይዝ የማዕረግ ስማቸውን ከቀኛዝማችነትና ግራዝማችነት <<ጓድ>> በሚለው የዘመኑ መጠሪያ እንዲለወጥላቸው ሳይጠይቁ ለቀዳማዊ ኃይለ ሥላሴ ያላቸውን ታማኝነት ይዘው የሚሞቱና ያገራቸው ጉዳይ የሚያብከነክናቸውና በኢትዮጵያዊ እምነታቸው ፀንተው የዕድሜ ባለፀጋ ሆነው እዚህ መድረሳቸውን ገለፁ። ቀጠል አድርገውም በሙያቸውም በጡረታ ከመገለላቸው በፊት በአጋሜና ሽሬ አውራጃዎች በዳኝነት ሥራ አገልግለው፤ አዲስ አበባ በሹመት ተዛውረው ወደትውልድ አገራቸው ሳይመለሱ እዚሁ አዲስ አበባ የሚኖሩ መሆናቸውን ጭምር አሳወቁ። ሊናገሩ የፈለጉት ጉዳይ ከዚሁ ከበዓሉ ጋር የተገናኘ መሆኑን ተናገሩ። የዚህ ጊዜ ደግሞ በተራዋ ጣልቃ የገባችው ስርጉት ነች። የድምፅ ማጉያውን ተቀበለቻቸውና የተሰበሰበው ሕዝብ ጥሩ አጋጣሚ እንደሆነለትና ወጣቱ ትውልድ በሚገባ ያልተሰረፀበት ታሪክ ከአባቶች ለመስማት እድል ማግኘቱን ለፈፈች። የአድዋን ድል መቶኛ ዓመት መታሰቢያም የተለየ የሚያደርገው የሁሉም ኢትዮጵያውያን በዓል መሆኑ እንደሆነ ተናገረች። ቀጥላም እኚህ ግራዝማች ወደ መናገሪያው ስፍራ መጥተው ንግግራቸውን እንዲቀጥሉ ጋበዘቻቸው። ግራዝማችም እንኳን የሕዝቡ የእነኚያ ከእሳቸው ትይዩ ከሆነው ሥፍራ ራቅ ብለው የሚታዩት ወጣት የወያኔ ታጣቂዎች ሁኔታም የሚገርም ሆነባቸው። ከተራው ሰው ገብተው የዛሬ መቶ ዓመት ገደማ በኢትዮጵያ ታሪክ የሆነውንና እንደ ክፉ ሥራ ተደብቋቸው የኖረውን ታሪክ ለማዳመጥ አፋቸውን ከፍተው ተመለከቷቸው። እንኳን ከተሜው ታጣቂው ሳይቀር በዓሉን በተመለከተ እኩል ተሳታፊ ለመሆን መፈለጉን እንደተረዱ ረጋ ባለ መንፈስ ንግግራቸውን ማስኬድ ሲጀምሩ ህዝቡ ያጨበጭብላቸው ጀመር።

<<ከእኔ ቀደም አድርገው የተናገሩት ወንድሜ እንዳሉት እዚህ በዛሬው ቀን የተሰበሰበውን ሕዝብ እግዜር ያክብርልኝ። እኔ እንኳን አድዋን በተሟላ መልኩ ለመረዳት ይረዳ ይሆናል በሚል ነው። አድዋ ላይ የተደረገውን የጦርነቱን ታሪክ ጠንቅቆ ለመገንዘብ በዋዜማው የሆነውን ሁሉ ማወቅ ያስፈልጋል። ጦርነቱ አድዋ ላይ ተጀምሮ አድዋ ላይ አላለቀም።

ለአድዋው ጦርነት ትልቅ ትምህርት የሆኑት ሌሎች ጦርነቶች ተደርገው እንደነበርና እነኚህም የአምባላጌው፣ የኩዓቲቱና የደብራ ኃይላው እንደነበሩ ቀደም ሲል እኚህ ከወዲህ ማዶ የቆሙት ወንድሜ ጠቀስ አድርገውታል። ቢሆንም ለአባቶቻችን በተለይም ለአርቆ አስተዋዩ ንጉሠ ነገሥት አጼ ምኒልክ ትልቅ ትምህርት የሆናቸውና አድዋ ላይ ለተደረገው ፍልሚያ እጅጉን የተዋጣ የጦር ዘዴ ለመዘየድ የረዳቸው የመቀሌው ጦርነት ነበር። ስለ እሱ ልናገር ብዬ ነው እንጂ ለሌላ እንኳን አይደለም>> ብለው ለንግግራቸው ትንፋሽ መስጠት ሲሞክሩ የሚተውት መስሎት የተሰበሰበው ህዝብ <<ንገሩን እንጂ ንገሩን እንጂ>> እያለ ከዳር እከ ዳር አስተጋባ። ያገሩን ታሪክ በአደባባይ ለመስማት ዕድሉን ያገኘበት አድርጎ የቆጠረው መሰለ። ይህ ብቻ አይደለም። ያገር መሪ የሚባለው ተነስቶ ወደ ክልሉ መሄድ እንዳውም ያለ ስጋት በነፃነት አደባባይ ወጥቶ ኢትዮጵያዊ ስሜቱን ለመግለፅ የበጀ መምሰሉ በፈገግታና በሚያሳየው ፍንደቃ አስታወቀበት። ስርጉትና ነሲቡም ግራዝማቹ ንግግራቸውን ካቆሙበት እንዲቀጥሉ ነገሯቸው። በመቀሌው ጦርነት የተገኘውን ድል የተከፈለውን መስዋዕትነትና እንደግራዝማች ለመሰሉት አባቶች የነበረውን ትርጉም ለመተረክ በሰፊው መተንፈስ አስፈለጋቸው

<<እኔም ሆንኩ የዕድሜ እኩዮቼ ያደግነው እዚያው መቀሌ ጦርነቱ ከተደረገበት ምሽግ ሥር እየተጫመትን ነበር። አንዳንዴ ከኢጣሊያኖች ጋር ጦር የገጠምን አድርገን ስንጫወት ከኛ መሃል ቀላ ቀላ ያለውን እንደ ጣሊያን ወታደር እንመስለውና ሌላውን ደግሞ ባንዳ ሆኖ ጣልያንን መንገድ መርቶ አድዋ ድረስ ይዞ የገባውንም የጠላት መለዮ የሚመስል አቡጀዴ እናለብሰውና ከዚያ ጦርነቱ በኢትዮጵያና በኢጣልያ መሃል እንደተጀመረ እናስመስለው ነበር። በዚህ ላይ ደግሞ በቀለህ ውስጥ እርሳስ እንሞላና፣ በእርሳሱ ውስጥ ደግሞ ክብሪት እየፈረፈርን እናምቀውና፣ የቀለሁን ዳርና ዳር ከምስማር ጋር በሲባጎ እናገናኘውና ከድንጋይ ጋር በማጋጨት ስናጮኸው የባሩድ ሽታ እየመሰለ አካባቢው በጭስ የታፈነ ሲመስል፣ ከዚያ በኢትዮጵያ ጀግኖች የተመሰልነው እየዘለልን እንደ ጠላትና ባንዳ አድርገን በመሰልናቸው ጓደኞቻችን ላይ እንረባብረብ ነበር። ከዚያ አንገታቸው ላይ የቆምንና ግዳይ የጣልን እየመሰለን፣ ስንሸልልና ስንቅራራ፣ ጠላትን አቸንፈን በድል አድራጊነት የገባን እየመሰለን ስንጫወት ትዝ ይለኛል። ታዲያ ይሄ ሁሉ ሲሆን አባቴ ያን ጊዜ በሕይወታቸው ነበሩ። ከቤት ወደደጅ ወጣ ይሉና <<ጎሽ ልጄ! እንዲህ ነው እንጂ! ዱሮም ቢሆን ጠላት በኛ ሬሳ ተራምዶ ካልሆነ በስተቀር ይህቺን አገር አይወስዳትም። እኛም የጠላት ባሪያ አንሆንም፣ ያልነው እንደ እናንተው ልጆች ሆነን የተለያየ ያገር ፍቅር ስሜት የሞላበት ጨዋታ እየተጨዋወትን ነበር። አሁን የናንተ ደግሞ እንዲህ ሆናችሁ ስትጫወቱ ስንመለከት ወደፊትም ቢሆን ጠላት አገራችንን ሊወራት፣ በሕዝቦቿም መሃል መከፋፈል ፈጥሮ ሊያለያየን አይችልም። ትውልድ ምንም ቢሆን ያገርን ነፃነትና ዳር ድንበር አያስደፍሩም የሚል እምነት የሚያሳድርብኝ

የናንተን የልጆቼን ጨዋታ ስመለከት ነው>> ያሉኝ ትዝ ይለኛል። ብቻ ምን ያደጋል! ይሁንንና ! የራሳችን ልጆች አሳፈሩን። ነገሩን በአማራና አሮሞ፤ ትግሬና ጉራጌ መሃል የጋራ ታሪክ የሌለው፣ አብሮ ያልኖረ፣ ያልተዋለደና ያልተጋባ፣ ላገርም ነፃነት አብሮ ያልተዋደቀ ይመስል የገዛ ልጆቻችን እንዲህ ብሄር፣ ዘርና ሃይማኖት በሚሉት ቋንቋ ኢትዮጵያውያንን መከፋፈላቸው አሳዝኖናል። ጣልያኖችም ወደ ሃገራችን ለመግባት የተጠቀሙትም፤ ይህንኑ በዘርና ሃይማኖት የመከፋፈል ዘዴ ነበር። ያኔ የነበርነው የኢጣልያኖች ዓላማውም ሆነ ውጤቱ ምን እንደነበር ስናስታወስ አሁን ከሚደረገው አይለይም። ኧረ ይቅር በሉኝ! እኔም እንደ ፈቃዱ ሞላ የነገሬን አቅጣጫ ሳትኩ መሰለኝ። ዛሬ ማንኛችን ጤና ነን ብላችሁ ነው። አገርና ሕዝብ ጤና ሲሆን አይደል! አሁን አድዋ ድረስ ሄደን እናከብር ሲባል አዲሱ ድል አድራጊ ወደመጡበትና የዳግማዊ አፄ ምንልክን ጀግንነት ከማሳነስ ጋር የተያያዘ አድርጎ ህዝብ ሊተረጉመውና ሊያስቆጣው እንደሚችል ማሰብ ይገባ ነበር>> ብለው ከንፈራቸውን ከመጠጡ በኃላ መቀሌ ላይ ስለተደረገው ጦርነት ልቀጥል ቢሉ አንድ ወጣት ቢጤ አቋረጣቸው።

<<መቶኛው የአድዋ መታሰቢያ እዚያው ጦርነት በተደረገበት ስፍራ መከበሩ ትክክል ነው። ኢህአዴግ በደንብ ባያስብበት ኖሮ ያንን ይህል ሚሊዮን ብር አውጥቶ በዓሉ እዚያው እንዲከበር ባላደረገ ነበር>> አለ። የዚህ ጊዜ በዚያ የተሰበሰበው ሕዝብ መጯጯህ ጀመረ። ወጣቱን አንጓጠጠው። በዚያ ሰሞን ታጣቂዎች በዩኒቨርሲቲው ቅፅር ግቢ የተነሳውን ረብሻ ለማብረድ በሚል በተኮሱት ጥይት ሴት ጓደኛው የቆሰለችበት ወጣት ከሰዉ ሁሉ ቀድሞ መልስ ይሰጥ ጀመር።

<<እርግጥ ወያኔ ደህና አስቦበታል። ታዲያ በሁሉም የኢትዮጵያ ግዛቶችና በተለይም በዋናው ከተማ ደምቆ እንዲከበር አለማሰቡን በደህና የመተርጎም መብቱ ያንተ ነው። ወንድሜ በዚህ አልተሳሳትከም። ቢሆንም የሁላችንም መገናኛ የሆነውና ለኢትዮጵያዊነታችን የጋራ ምልክታችን የሆነው አድዋና የዳግማዊ አፄ ምኒልክ ታሪክና ማንነት በዚህ አይነት መንኳሰስና መዋረድ አልነበረበትም። እንደ አድዋ የመሰለውም የሁላችን መሆኑ እየቀረ ያንድ አካባቢ ዘር ጉዳይ እየሆነ መሄድ ነገ በአደባባይ እንደ ኢትዮጵያዊ የሚያገናኘንን ሁሉ ቶሎ ቶሎ ለመናድ የተያዘው ጥድፊያ መጨረሻው ምን እንደሚሆን መገመት አያዳግትም። ዛሬ በአዲስ አበባ የትግሬ፤ የአማራ፤ የአሮሞ ቡና ቤት፤ መጠጥ ቤት፤ መዝናኛያ እየተባለ ተራ በሆነው ማህበራዊ ጉዳይ እንኳን ሕዝብ ከሕዝብ እንዳይገኛኝ መሰነጣጠር የመጣው ወያኔ ሥልጣኔ ከያዘ በኃላ ነው። ኢትዮጵያዊ አንድነትን የሚያስከብር ሌላ ትግል ከማድረግ በስተቀር ወያኔንማ እንደ አዲስ መውቀሱ አንዴ በዘር ሥነ ልቦናዊ ደዌ ተለክፏልና የሚሰማ አይደለም። በሐረር የውጭ ወረራ ለመመከት ሲታገሉ ለወደቁት ለደጃዝማች አፈወርቅ

ወልደሰማያት የቆመው መታሰቢያ እንዲፈርስ ወያኔ የተጫወተው ሚና፤ እዚህ ቅርብ አዳማ በስመ ጥሩው ፀረ ፋሽሲት ጀግና ልጅ ኃይለማርያም ማሞ የተሰየመው ሆስፒታል ስሙ እንዲቀየር ማድረግ ታሪክንና ማንነትን ለማጥፋት ካልሆነ በስተቀር በሌላ ልተረጉመው አልችልም >> ብሎ ዱሮም ቢሆን የወያኔ ነገር ሲነሳ የሚመረው ወጣት ዕንባው እየተናነቀው ተናገረ።

ይህንን የሰማ ለወያኔ ጠበቃነት የከጀለው ወጣት መራገም ጀመረ።

<<የአማራ ትምክህተኛ ነፍጠኛ ሁሉ!>> እያለ የተሰበሰበውን ሕዝብ ተሳደበ። በአደባባዩ የተሰበሰበው ሕዝብ ሁሉ አማራ ብቻ አለመሆኑ ትዝ ሲለው ደግሞ

<<ፀረ ሰላም ሃይሎች ሁሉ!>> እያለ ተራገመ። ወዲያው ደግሞ ቀደም ሲል የተናገሩትን ሲምሉም ሲገዘቱም <<ኃይለ ሥላሴ ይሙት>> በስተቀር ሌላ መሃላ ባፉቸው የሚይገባውን የመቀሌውን የትግራዩን አዛውንት ግራዝማች ቆመውበት ወደነበረው ስፍራ እያመለከተ እሳቸውንም ዘለፉቸው።

<<ኣታ ጤላም፣ ደጊምካ ካብ ትግራይ ኣይትምሮን ኢኻ>> ለካስ <<አንተ ከሃዲ፣ ዳግመኛ ትግራይ ዝር አትላትም>>ብሎ ማስፈራራቱ ኖሯል። እሳቸው

<<ወይለይ!>> ብለው በመገረም ከመመለስ ሌላ ብዙም አልተናገሩም። እርግማኑና ስድቡ ያለቀበት ሲመስለው ሕዝቡን እየጣሰ ወደሚሄድበት ለመሄድ ተጣደፈ። የዚህን ጊዜ ፈቃዱ ሞላ <<ደኻን ክረም፤ ቀልጥፍካ፣ ወደ ክልልህ የሚነሳው አውቶቡስ እንዳያመልጥህ ቶሎ ድረስበት!>> ብሎ ሲለው ሕዝቡ ይስቅ ጀመር። ስርጉትም ግራዝማች ወደ ቆመበት በጣቷ ለባዩሽ እያመለከተች መንሾካሾኳን ቀጠለች።

<<አየሻቸው አይደል እኚህን ግራዝማች! ከወያኔ አመለካከት ለየት ያለ አስተያየት የሰነዘሩ ስለመሰለው ያ ወጣት ማውገዝ ብቻ ሳይሆን አስፈራራቸው እኮ እባክሽ! ባለፈው ጊዜ ነሲቡ እኮ ያለው እውነቱን ነው>>

<<ምን አለ?>> ስትል ባዩሽ ጠየቀቻት።

<<እየከረረ የሄደውን ዘረኛነት አንስቶ በሰው ልጅነትና በኢትዮጵያ ምድር በመወለድ ያገኘሽውን የዜግነት መብት ወይም ደግሞ በሙያ፤ ዖታ ያለሽንም መብት ሁሉ ለብሄሩ ስትይ አሳልፈሽ የማትሰጭ ከሆንሽ ከሃዲ ልትባይና ከየብሔሩ በሚመለመሉ ሽብር ፈጣሪዎች ዒላማ ልትሆኚ ትችያለሽ ብሎ ነግሮኝ ነበር። የዚያ ወጣት ነገር ያስታወሰኝ ይህንን የነሲቡን አባባል

ነው። እኔ ግን እኚህን ግራዝማች አደነኳቸው። ኢትዮጵያዊ ስሜታቸውን አንጀት በሚበላ መንገድ ሲናገሩ ስሰማ ትግሬ የሆነ ሁሉ የወያኔ ደጋፊ አለመሆኑን አረጋገጡልኝ። እርግጥ ገና ብዙው የትግራይ ተወላጅ ደፍሮ ተቃውሞውን አላሳየም። የጥቅሙም ተካፋይነት ብቻ ሳይሆን ብዙሃኑን የያዘው ፍርሃት ይመስለኛል። እውነት ይሁን ውሸት አላውቅም እንጂ ከቀረው ኢትዮጵያዊ ወገናችን አጣላችሁን እያለ በትግራይ ብዙ ተቃዋሚ ተነስቶባቸዋል ይባላል። እዚህ መሃል ከተማ የምናየው የወያኔ ተቃዋሚዎች ግን ሕሊና ያላቸው፣ በእድሜያቸው ጠና ያሉትን፣ ኢትዮጵያዊነታቸውን በርካሽ ጥቅም ለመለወጥ የማይከጅሉ እንጂ አብዛኛው ምሁሩና ወጣቱማ የዘሬን ብተው ያንዘርዝረኝ እያለ ነው መሰለኝ ከወያኔ ጉያ ገብቷል>>

<<ምን አንቺ እነርሱን ብቻ ትያለሽ የኔዎቹ አክራሪ ኦሮሞ ዘመዶቼስ አሉልሽ አይደል! ኢትዮጵያዊ ስሜትን በአደባባይ ለመግለፅ አሳፋሪ የመሰላቸውስ ከኔ ብሔር የሚወለዱት አክራሪ ኦሮሞዎችስ አሉ አይደል? አድዋማ አይነካካንም፣ አይመለከተንም ብለው ቤታቸው የተቀመጡ። ምኒልክ ራሱ ቅኝ ገዥ ስለሆነ የምናፋረደው ነው ብለው ስለሚሉ እኔን የመሳሰሉትን ግማሽ ኦሮሞ ወይም ደግሞ ሙሉ ኦሮሞ ሆኖ እንደ ኦሮሞ መብቱ ባንዲት ኢትዮጵያ እንዲከበርለት ከመሻት በስተቀር ሌላ ኦሮሚያ በሚባል ነፃ አገርና መንግሥት የማቋቋም ምኞት መስማት የማይፈልገውን ጎበና ይሉታል። ጎበና ሲሉ እኮ ከሃዲ ማለታቸው ነው። ራስ ጎበና ዳጨው የአፄ ምኒልክ የጦር አበጋዝ ስለነበሩና በትውልዳቸው ኦሮሞ ስለነብሩ እኮ ነው ጎበናነት ከሃዲነት ተደርጎ የተወሰደው>>

<<ካልሺስ ከአማራውም ለወያኔ ያደረ አድር ባይ ሞልቶልሽ የል! ሴት አያቴ ስትነግረኝ በጣሊያንም ጊዜ ከአማራው መሐል ባንዳ ሆኖ ለግራዚያኒ የገባው አርበኞች የተደበቁትን እየመራ ያሳይ ነበር ብላ ነግራኛለች። የኔን ዘር አማራው አማራውን ብቻ አገር ወዳድ ኢትዮጵያዊ ያደረገው ማነው?ከትግሬውም ቢሆን ጥቂት ከሃዲያን እንደነበሩ ታሪክ ያውቀዋል። እርግጥ የማልቀበለው አማራን ብቻ ተጠያቂ ማድረግንና ወያኔን በተቃወምነው ቁጥር <<የዱሮውን የበላይነታችሁን ለማስመለስ ብላችሁ ነው የምትቃወሙት ስንባል ነገሩ ሁሉ ያሳዝነኛል>> ስትል ስርጉት ተናገረች።

ይህ ሁሉ ሲሆን ታጣቂው ከዳር ሆኖ ከማየት በስተቀር ጣልቃ ለመግባትም ሆነ ሰልፈኛውን ለማስፈራራት አልሞከረም። በተለይም ግራዝማቹ በተናገሩ ጊዜ ሁለቱ ታጣቂዎች በጥሞና ያዳምጡ ነበር እንጂ ምንም የብስጭት መልክ አልታየባቸውም። በኋላም ሰው እየተነሳ ስለ አድዋ ሲናገር ተደብቋቸው የኖረውን ያገራቸውን ታሪክ የሚያዳምጡ እንጂ ታጣቂዎቹ ምሬት አልታየባቸውም። የወያኔ ደጋፊ መስሎ ለመናገር ለሞከረው ወጣት ያ በዩኒቨርስቲው ተማሪ የነበረ ወጣት መልስ ሲሰጥ የሕሊና ተወቃሺነት እንዳለበት ባለዕዳ አንገታቸውን ቀብረው

ከማዳመጥ በስተቀር ወጣቱን የወያኔ ካድሬ ለመደገፍ ወይም ጠብ ለመጫር አልሞከሩም። ቀና ብለው ባጠገባቸው የቆመውን ሕዝብ ለማየት ያቃታቸው ከመምሰላቸው በስተቀር በያዙት ካላሺንኮቭና ኢ.ዚ ለማስፈራራትም ሆነ ሰልፈኛውን ለመበተን አልቃጣቸውም።

አንድ ከሸበቶ ጎፈሬያም አዛውንት አጠገብ የቆመው ሰው ከመሃል ሆኖ መናገር ፈልጎ ኖሯል። ለካስ ቀደም ሲል ንግግራቸው በፈቃዱ ሞላ የተቋረጠባቸው አዛውንት ንግግራቸውን ከቆሙበት ለመቀጠል እንዲፈቀድላቸው ለመጠየቅ ኖሯል። ስርጉት ፈቀደችላቸው።

<<እኔም ቀደም ብሎ ከተናገሩት ወገኖቼ በብዙ እስማማለሁ። በአድዋስ እንኳን እኔ አባቴም አንድ ፍሬ ልጅ ነበሩ። ታዲያ ጣልያኖች የአድዋንም ምሽግ ከመቀሌ ምሽግ አስበልጠው አጠናክረው ሰርተውት ነበር አሉ። እንኳን ትጥቁን ያነገተ ሠራዊት ይቅርና ወፍ ዝር የማትልበት እንደነበር ሲነገር ሰምቻለህ።አሠራሩም ቢሆን ለዘመኑ እንግዳ ነበር ይባላል። የምሽጉ አሠራር እንደመቀሌው ሦስት ሜትር ሳይሆን ከውስጡ አራት ሜትር ስፋት ባለው ግንብ የታጠርና ሹል እንጨት እየተተከለበት፣ ተደራጅቶ እሱም አልበቃ ብሎት ይሄው የጠላት ምሽግ ከእነዚህ ሹል እንጨቶች አልፎ ደግሞ በተድበለበሉ እሾኻማ ሽቦዎች አጥሮት ነበር ሲባል ሰምቻለሁ። የጣልያኖች ተንኮል በዚህ አላበቃም። አፄ ምኒልክን ተከትሎ የዘመተው ሠራዊት ለእግሩ ጫማ የሌለው መሆኑን ማወቃቸው ብቻ ሳይሆን በመንገዱ ላይ ኢጋም እሾኽ ያጋጠመው እንደሆነ ግራሩን እሾኹን በጎራዴው እየመነጠረ፣ አልሆን ሲለውም ጋሻውን በዚያ ላይ እያነጠፈ እንደሚያልፍ በሰርጎ ገቡም በከሃዲውም ጭምር ጠንቅቀው የሚውቁት በመሆኑ ጦሩ በተድበለበለው ሽቦ ላይ ጋሻውን አንጥፎ እንኳን ቢያልፍ በግንቡ ላይ እንደ ጦር የተተከሉት እንጨቶች እየዘነጠሉ እንዲያስቀሩት ሆን ብለው የዘየዱት ዘዴ አረመኔነታቸውን ሲመሰክር የሚኖር ነው። ይህም ሆኖ ጣሊያኖች በአማባሌጌውም ሆነ በመቀሌው ጦርነት ድል የሆኑት የኢትዮጵያ ጦር ምሽጉ ድረስ ጥሶ እየገባ እንደወጋቸው ስለሚያውቁ በአድዋውም ገና ፍርሃቱ ስላለቀቀቻው በተድበለበለው የሽቦ አጥር መሃል ደግሞ በብዙ ሺህ የሚሆን ለአገር የሚበቃ ፋሽኮ ጠርሙስ እየተሰበረ እንዲከሰከስ አድርገው እንደነበር እነርሱም አይረሱትም። እኛም ምንም ጊዜ አንረሳውም>> ብለው ጠላት የዚህችን ያገራቸውን ብሔራዊ ነፃነት ለመግፈፍና በሕዝቦቿም መሃከል ያለውን የመቻቻልና ያንድነት መንፈስ ለመስበር እንዳልተከሰካለት ሲታወሳቸው ኩራታቸውን ቀስቅሶ አነጋገራቸውንም እንዳበረታው ተሰምቷቸው በረድ ለማለት ሲሞክሩ ፈቃዱ ሞላ ቀበል አደረጋቸው።

ኧረ ግፋ ከፋ ኧረ ግፋ

ከፋ መረብን ተሻግሮ ኢትዮጵያን ሊያጠፋ

ኧረ ግፋ በዛ ኧረ ግፋ በዛ

በጀልባ ተሳፍሮ አበሻን ሊገዛ።

የኢትዮጵያን ልጆች ምነው ዝም አላችሁ

በወራሪ ጥይት ስትወድቅ አገራችሁ።

ራበህ ወይ የናቴ ልጅ

ጠማህ ወይ ያገሬ ልጅ

ቢርብህ ቢጠማህ

ቢጎድል ከርስህ

ከናት አገርህ የሚበልጥብህ

ልቆስ የሚገኝ ከነፃነትህ

ከወገንህ ክብር የሚብስብህ

የት ይገኝና አውራኝ እባክህ።

የኢትዮጵያ ልጆች ምን ነው ዝም አላችሁ

በባዕድ ትብብር ስትፈርስ አገራችሁ

የባህር በር አጥታ ታውራ አያያችሁ

የት አል ጬኸታችሁ፣ ኡኡታ ልቅሷችሁ።

ይባል ነበር በአድዋ ጦርነት ጊዜ በሚባለው ላይ እሱ የፈጠረውን ስንኝ እክሎበት <<በሉ እንግዲህ የሰፈሬ ያራዳ ጎዮርጊስ ሰው ይቀጥሉ>> አለና ንግግሩን ለሰውዬው ተወላቸው። እሳቸው እምቢ አሉ።

<<ካቋረጥከኝና እንዲህ የመሰለውን ቀረርቶ የምታመጣ ከሆነ የአድዋን ታሪክ ደህና ታውቀዋለህና አንተን ከእንግዲህ እብድ ነው ብሎ የሚያምን የለውምና ታሪኩን አንተው ተናገረው። ከአድዋ ጀምሮ አባቴ ካያቴ ሰማ የምትለውን አውርተህ አንተው ዳር አድርሰው>> ብለው አሻፈረኝ አሉ። የተሰበሰብውም ሰው ከአዛውንቱም ሆነ ከወጣቱ የሰማውን ለማጣጣም ጊዜም አላገኘ። እብድ እንጂ ጤነኛ ይናገራል የማይባል ነገር ደግሞ ፈቃድ ሞላ ሲጨምርበት ሕዝቡም ፈቃድ ሳያስፈልገው ንግግሩን ሊቀጥል ሲል ስርጉት ባይሽና ሰይፉ መንኮሻከሽ ጀመሩ።

<<አዬ እንዲህ ጋሼ ፈቃዱ ነገር ማደፍረስ ጀመሩ>> አለና ነሲቡ ለነስርጉትና ለቀሩትም ጠጋ ብሎ ነገራቸው። <<መናገሩ ባልከፋ የራሱን እንጂ የሰው መስማትና ማስጨረስ አልሆንለት አለ

እንጂ>> ስትል ስርጉትም አከለችበት።

<<ዕብድ የራሱን እንጂ የሰው እንደማይሰማ ትናንት በዋዜማው የተገናኘን ጊዜ አልነበር>> አለችና ባዮሽም ይህንኑ ደገመች።

<<በዛሬ ሁኔታውም ሆነ በአለባበሱ መነፅሩንም አይጨምርም እንጂ ከመቸውም ጊዜ ይልቅ ጤነኛ ነው የሚመስለው። እኔ ግራ የገባኝ ይቺ ከቦታ ቦታ የሚያንቀራጥጣት ኮሮጆ ምን ምስጢር ይዛ ይሆን የሚል ነው>> ብሎ ሰይፉ ሲጨመርበት ስርጉት በድንገት ወደ እሱ ፊቷን አዞረች።

<<እስከዛሬ ድረስ አታውቅም ነበር እንዴ! ምኒልክ ትምህርት ቤት በዳሪነት ኋላም አርበኞች ትምህርት ቤት ይማር በነበረ ጊዜ ምኒልክን እየሆነ የሚጫወተው ትያትር ትዝ ብሎት በዛሬውም ዕለት ምኒልክን ሆኜ እናገራለሁ ብሎ እንደ ትያትረኛ አልባሳት ይዤባታልሁ የሚላት ኮሮጆ እኮ ነች>>

<<እንዴ? ጋሼ ፈቃዱ የሚለውን ሁሉ የምር አርጋችሁ ወስዳችሁታላ! እኔ ግን ያው የእብድ ነገር ነው ብዬ አልተቀበልኩትም እንጂ ሲናገርማ ሰምቻለሁ። እሱ ግን ምን የማይናገረው ነገር አለ! እውነት እኮ ነው እንዳንዴስ እብድና የጃጀ ሽማግሌ በልጅነቱ የሰራውን በስተርጅና ይደግመዋል የሚባለው አነጋገር ሃሰት የለውም>>ብሎ ተናግሮ ሳያበቃ አንድ ወጣት ቢጤ የሰይፉንና የስርጉት ሹክሹክታ የሰማ ይመስል ቀደም ሲል ያነሳውን ጥያቄ መልስ ለማንሳት ድንገት በመሃል ገባ።

<<አሁን እውነት ጋሼ ፈቃዱ እብድ ናቸው እሳቸው ብሎ እብድ የለም። እኔም ሆንኩ እዚህ የተሰበሰበው ህዝብ ጋሼ ፈቃዱን እብድ ናቸው የሚል የለም!>>ሲል ተናገረ። የወያኔ ታጣቂ ዩኒቨርስቲው ቅፅር ግቢ ገብቶ ሴት ጓደኛውን ያቆሰለበት የዚያው ዩኒቨርስቲ ተማሪም ወጣት በዚህ በዚሁ ጉዳይ ላይ ሰፋ አድርጎ ሃሳብ ሰጠ።

<<የሚያስኘ ነው። ጋሼ ፈቃዱን እብድ ነው ያለው ማነው? የዩጎዝላቩ ሐኪም ላንድ ሰሞን የህወአት ኢህአዴግን ባለሥልጣኖችን እንዲያክም ታዞ ነበር የሚል ዜና ሰምቼ ነበር። በሽታቸው ሙስናና ዘረኝነት ነው፣ ቦታቸውም አማኑኤል ሆስፒታል ሳይሆን ፍርድ ቤት አቀርቦ ወህኒ ማውረድ ነው የሚል ይመስል ይህንን የሰው አገር ሰው ፈርተውት ነበር ይባላል። በዚህ ላይ ሃኪሙ የሰርብያ ተወላጅ ነው። እሱስ እንኳን ቀረበት። የአእምሮ ሃኪም ነኝ እንጂ የሙስና ሃኪም አይደለሁም ቢላቸው የሰረብ ተወላጅ ማለት እንደ አማራው ትምክህተኛና ነፍጠኛ ነው ብለው ካገር ቢያባርሩትስ ? ፈቃዱ ሞላን እብድ ብሎ መፈረጁስ የልቡን እንዲናገር ፈቃድ

መስጠቱ ሳይሆን ይቀራል>> ብሎ ተናግሮ ሳይጨርስ አዛውንት ወጣቱ ተናግሮ እንዳበቃ በነገሩ ገቡ።

<<እኔ እኮ እግዜር ፈቃዱ ሞላን ምሮታል ብዬ ነበር። ቸሩ ፈጣሪ ምን ይሳነውና ነው። በዛሬው ድርብ በዓል በአመቱ ቅዱስ ጊዮርጊስ አንድዬ ታምራቱን ለማሳየት ከፈለገ መፈወስ ይችላል ። ቁጣና መዓቱንም በደቂቃ ላሳይስ ቢል ምን ይሳነዋል?ሁሉንም ወደ ፈጣሪያችን አድርገን እስቲ ፈቃዱን ሞላን እኔ ቅድም ስናገር እሱም ካያት ከቅድመ አያት ሰምቼዋለሁ ያለውን ይንገረን! እኛም የፈጣሪን ታምር እያደነቅን እንስማው>> ቢሉም የበዓሉ ጉዳይ ትርምስምስ እየሆነ መደማመጥ በጠፋበት ሰዓት ስርጉት የድምፅ ማጉያውን ወደ ራሷ አስጠጋችና ለተሰበሰበው ህዝብ አንድ ጥያቄ ስታቀርብ እንደገና መደማመጥ ነገሰ ።

■ ■ ■ አድዋ ከዋዜማሽ እስከ ድል ቀንሽ ■ ■ ■

ምዕራፍ ሰባት

ስርጉት ለተሰበሰበው ህዝብ ያቀረበቸው ጥያቄ አንድ ነበር። ይህም <<እዚህ መሃል ጋሼ ፈቃዱ እብድ ናቸውና እስካሁን የተናገሩት ይበቃል ከእንግዲህ እሳቸውን አናዳምጥም የሚል ካለ እጁን ያውጣ>> ብላ ጠየቀች። ህዝቡ ግን የፈቃዱ ሞላን እብደትነት የረሳው ጉዳይ ሆኖበት ወይም የእብዶች መብት መከበር ባለበት ሌላ አገር ያሉ ይመስል እንደሆን አይታወቅም አንድም እጁን ወደላይ በመቀሰር የሚቃወም አልተገኘም።

<<እንግዲያው እንኳን የጤነኛን የታመመን ዜጋ መብት የሚያከብርና የትኛውም ኢትዮጵያዊ አድዋን በመሰለው መንገድ ለማክበርና ስሜቱን ለመግለፅ እንደሚችል የሚያውቅ ህዝብ እዚህ መሰብሰቡ ደስ የሚያሰኝ ነው>> አለችና ለፈቃዱ ሞላ መድረኩን ለቀቀችለት ።

<<እግዜር ያክብርልኝ አንንል ነው ነካ አርጎታል ብላችሁ በዛሬው ቀን መብቴን አለመግፈፋችሁ የሚመሰገን ነው። እኔ ወድጄ ባላመጣሁት የአንጎል መናወጥ የምነፈግ መስሎኝ ላለቅስ ነበር>> ብሎ እንደማልቀስ አይነት ፌዝ አፌዘና <<እኔ የመቀሌው ግራዝማች ኢትዮጵያዊ አባታችን ካቆሙበት ነው የምጀምረው>> አለና አድዋ ጦርነቱን በተመለከተ ዋና ዲስኩረኛ ሆኖ ቁጭ አለ ።

<<ጣሊያን ሀበሻ ሲባል ጠላቱ ከመሸገበት ድረስ እየሄደ የሚዋጋ መስሎት በአድዋም እንዲሁ እንዲሆንለት ፈልጎ ከምሽጉ አልወጣ ብሎ አፄ ምኒልክን አስቸግሯቸው ነበር። እምዬ

ምኒልክ ግን ምናቸው ሞኝ ነው? በአምባለጌውና በመቀሌው ጦርነት ምሽጉ ድረስ እየሄዱ ጠላትን መውጋቱ በመጨረሻው ድል ማምጣቱ ባይቀርም የሚያደረሰው እልቂት በቀላሉ እንደማይገመት እሳቸው ጠንቅቀው አውቀውት ነበር። ኢጣሊያኖች ግን አጼ ምኒልክንና ያበሻን ህዝብ በሙሉ ይንቁ ስለነበር ኢትዮጵያውያን ድላቸውንም ሆነ ሽንፈታቸውን የማይገመግሙ በእልህ እንጂ የጦር ታክቲክ ተከትለው የማይዋጉ አድርገው ስለገመቱ በአድዋም የኢትዮጵያ ጦር ምሽጉ ደረስ መጥቶ እንዲዋጋቸው ያበጁትን ብልሃት አጼ ምኒልክ ያላወቁባቸው መስሏቸው ነበር። ታዲያ ንጉሠ ነገሥቱ አድዋ ደርሰው በአምስቱ ኮረብታዎች መሃል ካላቸው ሰገነት ከመሰለችው ቦታ ጠቅላይ ሰፈራቸውን ማድረጋቸውን ለካስ ጠላት ከምሽጉ ሆኖ በመነፅር ይመለከት ኖሯል። የሰራዊቱን፣ የህዝቡን የተከታዩን የአጋሰሱን ብዛት ከተመለከተ በኋላ የኢጣሊያ ጦር የበላይ አዛዥ ባራቲዮሪ ምን እንዳለ የሚያውቅ እዚህ መሐል ይኖር ይሆን? እርግጥ አዛውንቱ ያውቁ ይሆናል። እኔም ካያት ቅድመ አያት ሲወርድ ሲዋረድ ሰማሁት እንጂ እንኳን እኔ አባቴም ለጦርነቱ አልደረሰ>> ብሎ ንግግሩን ሲቀጥል ቢል ስርጉት ጣልቃ ገባች።

<<እኔ አውቃለሁ ጋሼ ጳውሎስና ተክለጻዲቅ መኩሪያ በጻፉት መፅሐፍ ውስጥ ማንበቤ ትዝ ይለኛል>> አለች። የድምፅ ማጉያውም አላስፈለጋትም። እንደ ብራቅ ጮክ ብላ ስትናገር እናቷ በልጅነቷ ቂቤ ሳያውጧት ቀርተው ወይስ የአድዋ በዓል ያውም የመቶ አመቱ ሲከበር መጮህ ይነሰኝ ብላ ይሁን አይታወቅም የድምፅዋ ማስተጋበት ከዚያች ሲባጎ ሰውነቷ ካፍ የወደቀ ጥሬ ከሚያህል ቁመቷ የሚወጣ አይመስልም ነበር። <<ባራትዮሪ በመነፅር የአጼ ምኒልክ ጦርና የተከታዩን ብዛት ከተመለከተ በኋላ አፍሪካውያን እኛን ነጮቹን ከምድረ ገፅ ለመጠራረግ የተነሱ ይመስላሉ በማለት ጋሼ ጳውሎስ ኞኞና አቶ ተክለጻዲቅ መኩሪያ ፅፈውታል>> ስትል ተናገረች።በአደባባዩ የተሰበሰበው ህዝብ በጭብጨባ አድናቆቱን ገለፀላት።

<<ጎሽ እንዲህ ነው እንጂ! ትናንት በዋዜማው ተገኞኝተን ስርጉቴን የአውሮፓን ትላልቅ ሰዎች ከሚዘክረው የከበደ ሚካኤል መጽሐፍ በስተቀር ሌላ የምታነቢው መፀሐፍ የለሽም ብላት ያገሬንም ትላልቅ ሰዎች የምችለውን ያህል አንብቢያለሁ ብትለኝ እንዳልሰማ ሆኜባት ደብተርና መጽሐፉን ሳይቀር ከእምዬ ምኒልክ ሐውልት ስር አሽቀንጥሬ ጥዬባት ነበር። ለካስ እውነቷን ኖሯል። ያገሯን ታሪክ ጭምር ማንበቧን ይኸው ስርጉቴ አስመሰከረች። ለሷ የዛሬው እለት እኮ ድርብ በዓል ነው። ያመቱ ጊዮርጊስ እለት ብትወለድ አይደል ስርጉት የተባለችው >> እያለ ፈቃዱ እብዱ ስለ እሷ የማያውቀውን ሲዘባርቅ እሷ ተው አትለው ነገር ግራ ገባት። ነገር አሳምራለሁ ብሎ እንዳያደፈርስ ከመፍራት በስተቀር ሌላስ የተሰማት ስሜት አልነበረም። የራሱን እብድነት የሚያስረሳና እንዲያውም በታሪክ አዋቂነት የሚመሰክርለት አነጋገር

አመጣ ። እርግጥ በወመዘክር ቤት መፅሐፍት ቤት ይሰራ በነበረ ጊዜ የኢትዮጵያን ታሪክ መፅሐፍ አኝኮ በልቶታል ማለት ይቻላል። በማስታወቂያ ሚኒስቴርም የሬዲዮ ፕሮግራም ዝግጅት ክፍል የራሱ ቤተ መፅሐፍት ይኑረው በተባለ ጊዜ በሃላፊነት መመደብ ብቻ ሳይሆን ያቋቋመውም እሱ ነበር ። ታሪክ ነክ የሆነ ፕሮግራም ሲዘጋጅ ለዚሁ የሚስማማውን ምንባብ የሚመራ እሱ ነበር። አንዳንድ በኢትዮጵያ ታሪክ ቋሚ ስፍራ ያላቸውን ጉዳዮች በተመለከተ በቃሉ ጭምር ያስታውሳቸው እንደነበር የቀድሞ የስራ ባልደረቦቹ ሲመሰክሩለት ኖረዋል። አእምሮውን ነካ ካደረገው በኋላ ትዝ የሚለው የልጅነቱ ነገር ነው። ምኒልክን እየሆነ አርበኞች ትምህርት ቤትና ዳግማዊ ምኒልክ ት/ቤት ተማሪ በነበረ ጊዜ የሚጫወተው ትያትር፣በቴዎድሮስ፣በዮሐንስ ዘመነ መንግስት ይባሉ የነበሩትን ሽለላና ቀረርቶ፤በተለይም በአድዋና በማይጨው ዘመቻ የደረሰውና ከየታሪክ መጽሐፍቱ ያነበበው እየታወሰው በቃሉ ሲያንበለብለው ይውል ነበር። እብደት አእምሮን ጭምር የሚከፍት፣ አዋቂና ንቁ ከማድረግ ጋር የተቀራረበ ክስተት ይመስል የፈቃዱ ሞላን እብደት አንዳንዴ በትምህርትና በማንበብ ብዛት የተነካ እንዳስመሰለው አንድ ሁለት አይባልም። እሱም ራሱ ቢሆን ከልጅነት ጀምሮ በነበረው የማንበብና የመከራከር ፀባይና ቁጡነት ጭምር አብሾ አለበት እየተባለ በጓደኞቹ ይታማ ነበር። አብዷል፣ ለቋል ከተባለም በኋላ ቢሆን ንግግሩ አንዴ የመቀባጠር ሌላ ጊዜ ደግሞ የቁም ነገር እየሆነ ግራ ማጋባቱ አልቀረም ። በዛሬው በአደዋ በዓል ላይም ቢሆን ድንገት ነገሩን ሁሉ ያሳከረውና ተመልሶ ደግሞ ወደዋናው በዓሉን ወደተመለከተው ጉዳይ ይመለስና ስርዓት ያስይዘዋል ።

<<...አባቴም አያቴም እንዳልረሳው በቃሌ እንድይዘው የነገሩኝ ያስተማሩኝ ነው እንጂ አድዋን እኔ ከየት ብዬ አመጠዋለሁ። እኚህ የሰፈሬ ያራዳ ጊዮርጊስ ሰው የመቀሌው ግራዝማች የነገሩንን ታሪክ አያቴ ለአባቴ ሲነግረው እኔም ሰምቻለሁ። የጦርነቱ ዕለት ከአፄ ምኒልክ ሰራዊት ጋር በፈቃዱ የዘመተው ወንዱ፣ ሴቱ፣ ሽማግሌው፣ አሮጊቱ፣ ለማኙ፤አንካሳውና ቆማጣው እንዳልቀረ የተጻፈ ታሪክ ነው። ታዲያ ገሚሱ ደማቅ ቀለም ያለው ካባ የለበሰ ነበረበት። ገሚሱ ደግሞ የነብርና አንበሳ ቆዳ ለብሶ፣ ጠመንጃ፣ ጦርና ጋሻ ይዞ፣ ጎራዴ ታጥቆ ለመጨረሻው ፍልሚያ መዘጋጀቱን ያሳይ ነበር ። ሰራዊቱን ለማነቃቃት፣ ከሃዲውን ለመገዘት፣ ሰማዕታትን ለመፍታት፣ በዓላትን ለመባረክ፣ ጳጳስና ቄሱ አብረው ይጓዙ ነበር። ይህንን ሁሉ ዝግጅት ገና ፀሐይ ፍንጥቅ ሳትል በመነፅር ከምሽጉ ሆኖ የተመለከተው የኢጣሊያ ጦር መሪ ልቡ እንደተሸበረበትና ፍርሃት እንደገባው በምርኮ የገባው ጀነራል አልቤርቶኒ ለኛው ሰዎች ነግሯቸው ነበር አሉ። እኔስ ከሁሉም ደስ ብሎኝ የማወራው ታሪክ አያቴ ካባቱ ተለይቶ ወደ አጼ ምኒልክ ተጠርቶ የሄደበትን ጉዳይ ነው። ጦርነቱ ከመሆኑ ከሶስት ቀን በፊት ወሩ በገባ በአስራ ዘጠኝ ማለት ነው አጼ ምኒልክ በሺህ የሚቆጠሩ ዛፎች እየተቆረጡ ለምሽግነት ሆነው እንዲያገለግሉ አጋድሟቸው ይሉና ትዕዛዝ ይሰጡ ነበር። ከዛፎቹ መሐል ረዘም ረዘም ያሉትን

ደግሞ ቁመቱና ከፍታው እስከፈቀደ ድረስ እንዲተከሉ ያደርጉ ነበር። አያቴ ደግሞ ምንም ልጅ ቢሆን እነኚያ በጎን የሚጋደሙትን በቁመት የሚተከሉትን ዛፎች ውፍረት የመድፍ ጥይት እንኳን በስቷቸው እንደማያልፍ ሰራዊቱ እርስ በርሱ ሲነጋገር ይሰማና ወደጓደኞቹ ይሄድና ይነግራቸው ነበር። ከዚያ ከዚህ በሥራ የደከመው ሰው ከፊት ለፊቱ ከነበሩት አምስት ደስ የሚሉ ኮረብታዎች መሃል እረፍት ያደርግ ነበር። ልጆቹም በስራው ሲረዱ ይቆዩና እነርሱም ደከሚቸው ከፊት ለፊታቸው የነበሩትን አምስት ደስ የሚሉ ኮረብታዎች እያዩ ሲያውኩ ቀኑ መምሸት ሲጀምር ወደ አጼ ምኒልክ ተጠርተው እንዲመጡ መልዕክተኛ ይመጣባቸዋል። አያቴም ድንገት የመጠራታቸውን ጉዳይ ለአባቱ ይነግርና ተሰነባብቶ ከሌሎች የእደሜ ጓደኞቹ ጋር ወደ ንጉሠ ነገሥቱ ድንኳን ለመሄድ እንደተነሱ ሌሎቹም እንደነርሱ ተጠርተው የሚሄዱ ሰዎችን ያገኛሉ >>።

<<ታዲያ የኔም አባት እኮ ተጠርተው ወደ አጼ ምኒልክ ከሄዱት አንዱ ነበር>> ብለው የመቀሌው ግራዝማች ጣልቃ ገቡ። ቀጥለውም የዚያን ጊዜ አባቴ በእድሜያቸው ከህጻናቱ የሚቆጠሩ ነበሩ ። እኮ ቀኑ በአስራዘጠኝ የገብርኤል እለትም አይደል? ለኔም እኮ አባቴ የዚያን ዕለት ወደ አጼ ምኒልክ የተጠሩበትን ምክንያት ነግረውኝ ነበር ። ታዲያ አባቴን አንተ ከሁሉም ልጅ ነህና ተመለስ ቢሏቸው እምቢ ብለው ነው ከመቀሌ እንዳ እየሱስ ጣሊያኖች ካቃጠሉት ቤተ ክርስቲያን ተነስተው አድዋ ከገባው ሰራዊት ጋር እሳቸውም አብረው የዘመቱት ሲሉ እኛ በትግራይ ክፍለ ሀገር በዳኘነት ስራ ያገለገሉና ስለ መቀሌው ጦርነት መንፈሳቸው እስኪናወጥ ድረስ ታሪክን ለህዝቡ ያካፈሉ ሰውተናገሩ። የዚህ ጊዜ ውይይቱ በእኚህ ሰውና በፈቃዱ ሞላ መሃል መሰለ ። እሱም ለግራዝማች የምር ይሁን የፌዝ መለየት የሚያስቸግር ጥያቄ ያቀርብላቸው ጀመር ።

<<ታዲያ የርሶ አባት አጼ ምኒልክ ፊት እንደቀረቡ በዚያን ጊዜ በዕድሜው ህጻን እንደነበረው ወንድና ሴት ተጠርተው ሲቀርቡ ሌላ ማንን እንዳገኙ አልነገርዎትም?>>

<<እንጃ ! ነግረውኝ ይሆናል ዘመኑ ብዙ ስለሆነ አይታወሰኝም>>

<<አያቴን እዚያ አላገኟቸው ማለት ነዋ?>>

<<አዬ ያንተ ነገር፣ ቁም ነገሩን የፌዝ አደረግኸው መሰለኝ! ያን ጊዜ ማን ከማን ከማን ይተዋወቃል? ይልቅስ አሮጊትና ሽማግሌው፤ የኔ ብጤው አንካሳና ቆማጣው አልቀረም የዚያን ዕለትስ ተጠርቶ በአጋፋሪ እየታጀበ አጼ ምኒልክ ፊት መቅረቡን አባቴ ነግረውኛል>>

<<አምዬ ምኒልክ ልጁን አሮጊቱን ሽማግሌውንና የኔ ብጤውን አንድ ላይ ከሰበሰቡ በኋላ

ምን አሏቸው?>>

<<ይህስ ባንተ ያምራል! አንተ ገና ከማለዳው ጀምሮ ልትናገረው የፈለግህ አንተው ነህና እስቲ ተናገረውና ይውጣልህ!>>

<<እሱስ እናገረዋለሁ። ከኔ ከእፍ የሚሰማው እዚህ የተሰበበሰብው ህዝብ ያልሰለቸዎት ለዛዎና ትልቅነትዎ ገና ያልጠገበዎት እርሰዎን ስለሆነ ብዬ ነው እንጂ እኔማ ካልተናገርኩ አይወጣልኝ! አያቴ ሲናገረውና እሱም ከሞተ በኋላ አባቴ ሲናገረው እንደሚያሳምረው ባይሆንልኝም አድዋን ለማክበር የተሰበሰብከው ህዝብ ሆይ ጥናቱን ይስጥህ እንጂ አድምጠኝ! እነግርሃለሁ! ታዲያ እኮ የምነግርህ እንደ ምኒልክ ሆኜ እሱን ተመስዬ ነው እንጂ! እንደዚሁማ አይሆንልኝም አለና ከእግሩ መሃል ወዳስቀመጣት ኮሮጆ ቢጤ ማየት ጀመረ። ከዚያ ኮሮጆውን ለማንሳት ወደ መሬቱ ጎንበስ አለ ።

<<እምዬ ምኒልክ ህጻኑን ሴቱን፣ አሮጊቱን፣ ሽማግሌውን አንካሳ እና ቆማጣውን ሳይቀር ሰብስበውት>> እያለ ተናገረ። ከዚያ ንግግሩን አቋረጠና ከኮሮጆው ውስጥ አንድ እንደሻሽ የሚመስል ጨርቅ አወጣና በጭንቅላቱ ላይ መጠምጠም ጀመረ።

<<ይህ እንግዲህ የአጼ ምኒልክ ሻሽ መሆኑ ነው>> አለ። ቀጠለና ደግሞ ከዚያው ከኮሮጆው ውስጥ አንድ ቆብ ቢጤ አወጣና <<ይህ ደግሞ እሳቸው ባናታቸው ላይ የሚያደርጉት አይነት ባርኔጣ ነው>> አለ። ህዝቡ በዚህ ይበቃል ብሎ ሲጠባበቅ ሊላ በምኒልክ ምስል ከካርቶን የተሰራ ጨንበል አወጣና በፊቱ ላይ ካጠለቀው በኋላ <<አሁን ገና እምዬ ምኒልክን አልመሰልኩም?>> ሲል ለተሰበሰበው ሃሳብ ጥያቄ አቀረበ ። ሁሉም በአንድ ድምፅ በአዎንታ መሰከሩለት ።

<<ዕድሜ ላገር ፍቅር ትያትር ቤት! ይህንን የጨንበል አሰራር ያስተማሩኝ እነርሱ ናቸው ። ውሸቴን እንዳይመስላችሁ። አንድ ሰው ሮጥ ብሎ እውነቱን አጣርቶ ሊመጣ ይችላል። ያው አገር ፍቅር በዚያ በኩል ነው። ከዚያ ከቆምንበት ቦታ ብዙም አይርቅ !>> ብሎ ሲናገር ሰው አገር ፍቅር ማህበር ትያትር ቤት ያለበትን አቅጣጫ ለማየት ሲገላመጥ እነኚያን ከህዝቡ መሃል ተደባልቀው ያሉትን ታጣቂዎች አይቷቸው ኖሯል። እነርሱ ግን ይህ ሁሉ ሲሆን አንድ ነገር ያደርጋሉ፤ ማፈን መጥለፍ ቢቀር በአደባባዩ የተሰለፈውን ህዝብ ከአሁን አሁን ይበትኑታል ተብለው የተፈሩት እንዳው ኖሯል። እነርሱም ፈገግ ብለው አፋቸውን ከፍተው የሚሆነውን ከማየት በስተቀር ለግዳጅ የወጡ አልመሰሉም። የተሰበሰበውም ህዝብ ይህን ሲመለከት ዘና ብሎ ፈቃዱ ሞላ ገና የሚፈጥረውን ጉድ ለማየት እሱን እሱኑ መመልከት ቀጠለ።

ምዕራፍ ስምንት

የእብዱ ፈቃዱ ሞላ ትርዒት ገና አላበቃም። በዓሉም እንደቀጠለ ነው። ይህ ካውቆ እብድነት ይልቅ ወደ ጤነኛነት የሚያመላክት የሚመስል ፍጡር ወደዚያቸው ኮሮጆው እጁን ከተተና ይፈታታት ጀመር። ጨርሶ ከፈታታ በኋላ ከመተሻሸቷ የተነሳ ልትበጠስ ምንም ያልቀራትን ብል ብል የምትል የፍርድ ቤት ማመልከቻ የተጻፈበት የምትመስል ወረቀት ወደላይ ከፍ አድርጎ ለህዝቡ እያሳየ ንግግሩን ቀጠለ።

<<አባቴ ለአያቴ ሲናገር የሰማሁትን አንድ ሳላስቀር እንድጽፍና እንዳስቀምጠው ወረቀትና ብዕር አስይዞ በል አኮ ጻፈው! እስቲ እኮ የጻፍካትን አንብብልኝ ! ይለኝና አንድ ግድፈት ያገኘብኝ እንደሆን ደግሞ እዚህ ጋ ዘለሃል! እዚህ ደግሞ አያትህ ያላለህን ነው የጨመርክበት! ይልና ሲገስፀኝ እንደገና እርምቱን እያደረግሁ ታሪኩን ፅፌ ያኖርኩትን ይኸው በዛሬው ዕለት ከፊታችሁ ተገኝቼ ላነብላችሁ ይዤ መጥቻለሁ>> ካለ በኋላ ያንን የነተበ ፅሑፍ ማንበብ ጀመረ። አነባበቡን ግን ያው ቀደም ሲል ለህዝቡ እንደገለፀው እንደ አጼ ምኒልክ ሆኖ፣ የሳቸውን ቃልና አንደበት አስመስሎ ሲጀምረው ሰው መሳቅ ጀመረ። የሚያነበውን ነገር ቁም ነገር ያለው መሆኑን ህዝቡ ሲገነዘብ ደግሞ በአንክሮ ማዳመጥ ጀመረ። እሱም ምኒልክን ሆኖ የተጫወተው የዛሬ አርባ አመት መሆኑ ቀረና እንደ አዲስ በእሳቸው ተመስሎ ለአድዋ መቶኛ ዓመት መታሰቢያ ሆን ብሎ ያኖረው ይመስል ፅሑፉ ለማንበብ ይዘጋጅ ጀመር። ዝግጅቱን አጠናቆ መናገር እስኪጀምር ድረስ ባዩሽ ለጓደኞቿ አንድ ነገር ሹክ አለችላቸው።

<<ይህንን ህዝብ አስደሰተ ብሎ ታጣቂ እንዳያፍነው፤ በምኒልክ አሾፈበት ብለውስ

አያደርጉትም>>

እነርሱ ይህን ሲነጋገሩ ፈቃዱ ሞላ አጼ ምኒልክን ተመስሎ ለመናገር ሻሹን፤ ባርኔጣውን፤ ጨንበሉን ካደረገ በኋላ ብር አንባሩን በእጁ አጠለቀና የብር ቀለበቱን ደግሞ በጣቱ ላይ አደረገ። ከዚያ ያችን የተጣጠፈችና ከፌስታሉ አውጥቶ የያዛትን ወረቀት ከማንበቡ በፊት ከነበረበት ወደፊትና ወደኋላ ራመድ ፤ከዚያ ደግሞ ድምፁን መሞረድ ሲጀምር በአደባባይ የተሰበሰበው ህዝብ እንደምኒልክ ሆኖ ንግግሩን እንዲጀምርላቸው መጓጓታቸውን በፊታቸው ላይ ከማንበቡም በላይ የዝግጅቱ ሁኔታ አንዳንዶችን ያስቃቸው ጀመር። ፈንጠር ብሎ የቆመውን ታጣቂም ቢሆን ባፉ የሻጠው መፋቂያ ወድቆ ባፈር እስኪለወስ ድረስ ሲያስካካ አድዋን ለማክበር የወሰነ እንጂ ለግዳጅ አደባባይ የፈሰሰ ታጣቂ አይመስልም። ፈቃዱ ሞላ ዝግጅቱን ማጠናቀቁን እንደተመለከተች ስርጉት እንዳስተዋዋቂ የድምፅ ማጉያውን ከነሲቡ ተቀብላ ወደፊት ረመድ አለች።

<<ጋሼ ፈቃዱ በልጅነታቸው በቃላቸው እንዲይዙት አባታቸውና አያታቸው ያስተማሯቸውንና ከዚያም በምኒልክና አርበኞች ትምህርት ቤት ሲማሩ በተያትረኛነት ይጫወቱ የነበረውን ዛሬ ለአንዴና ለመጨረሻ ጊዜ እንዲጫወቱልን እድሉን እንስጣቸው። ከዚያን ጊዜ ጀምሮም አጼ ምኒልክ በአድዋ ጦርነት ጊዜ ያደረጉት ንግግር ምን እንደነበር ፅፈው አስቀምጠውት ስለነበር በዚህ አደባባይ መቶኛውን የአድዋ ድል መታሰቢያ ለማክበር ለተሰበሰበው ህዝብ ሊያስታውሱት ከፊታችን ቀርበዋልና እናዳምጣቸው>>

ፈቃዱ ሞላ ቀረበ። ድምጽ ማጉያውን ስርጉት አስተካክላ እንደያዘችለት ከመተጣጠፉና ከማርጀቱም በላይ በእጅ ላይ የታሸ የሚመስለውን ወረቀት ዘርግቶ አጼ ምኒልክን ተመስሎ ወረቀቱን እየተመለከተ መናገር ጀመረ።

<<የኢጣሊያ ወራሪዎች ነጭ ሆኖ ከእነርሱ ዘር ያልተወለደውን የሚንቁ ነበሩ። በተለይም ሀበሻን በሙሉ በፈጣሪ አምሳል ያልተሰራ፣ የተጓደለና ስልጣኔ የሌለው አድርገውት ኢትዮጵያዊ ክብሩንና ነጻነቱን ሊገፉት፣ አገሩን ሊነጥቁት መጥተው በጦር ሜዳ ሲፈታተኑት አንድም ጊዜ ሳይቀናቸው እንደቀረ የታወቀ ነው። ይኸውም በአምባላጌና በመቀሌ የደረሰባቸውንም ውርደት ለመበቀል ብለው አድዋ ተራራው ላይ መሽገው መቀመጣቸውን ህጻን ሽማግሌውም ሴት ወንድ፣ አቅመ ደካማ ሳይቀር ሰምቶታል። የኢጣሊያኖችን ጥጋብና እብሪት በጦርነት ዘይቤም ጨምሮ ያለ ጉዳይ ነው። የአበሻን ድፍረትና ቆራጥነት በድንቁርና እየቆጠሩት አምባላጌና መቀሌ ምሽጋቸው ድረስ እየሄደ ተዋግቶ ማሸነፉን ያጋጣሚ ጉዳይ አድርገውት አሁንም አድዋ ተራራው ላይ ሆነው እኔና ሰራዊቴ ከበታቻቸው ሆነን መቆየታችን ቀርቶ ከምሽጋቸው ድረስ ሄደን እስከንወጋቸው ደረስ በመጠባበቅ ላይ እንደሆነ ከታመኑ

ምንጭ አግኝቼዋለሁ። እኔ እግዚአብሄር ምስክሬ ነው፤ ይህንን አላደርገውም። ሰዎቹን በዚህ አይነት አልጨርስም። ከምሽጉ ድረስ እየሄዱ መዋጋት አንዴ ሆኗል። ይሁን ግድየለም፤ ሁለቴም ሆኖ የእግዚአብሄር ፈቃድ ተጨምሮበት ድል የእኔ ሆኗል። ቢሆንም በአምባላጌ በተለይም ደግሞ በመቀሌ ጦርነት ብዙ ሰዎች ሞተውብኛል። ጣሊያኖች ጆሮ ጠቢ እኔ ድረስ እንደሚልኩ አውቀዋለሁ። ካገሩ ነጻነትና ከወገኑ ክብር የራሱ ጥቅም የሚበልጥበት በየትም ያለ ነው። ቢሆንም እኔም ኢጣሊያኖችን ደህና አድርጎ እየሰለለ መረጃ የሚያመጣ የታመነ ሰው አለኝ። የአጋሜው ራስ ስበሃት አሳዝኖኛል። ከራስ መንገሻ ቢቀያየምስ እኔ አባቱ አለሁለት አልነበር። እንዲሁም ሆኖ እሱስ ቢሆን ኢጣሊያኖች የራስ መንገሻን ጦር ጥሰው አሸንጌ ሐይቅ ድረስ እንዲገፉ ዋና ሆኖ ሲዋጋላቸውና ሲዋጋኝ፤ ከህማሴንም እንዲሁ የጠላት ወገን እየሆነ፤ መንገድ እየመራ ያለሁበትን፤የበላሁ የጠጣሁትን ሳይቀር ወደ ጠላት እያደረሰ መናገሩን ባውቅም እነኚህ ሁሉ እኔንና አገራቸውን መውጋት ትተው ማረን፤ ተቀበለን በዚህ ጊዜ አብረኸን ጠላትን እንዋጋለን እንጅ የጠላትስ መሳሪያ አንሆንም፣ ቢሉኝ እኔም ይቅር የማልል ሆኜ ነው? የምህረት አምላክስ ይቅር ሳልል ብቀር እንዲህ መንግስቴን ያፀናልኝና ግዛቴን ያረጋጋልኝ ነበር? መርሣ ላይ ሰፍሬ ሳለሁ ደጃች ጓንጉል ዘገየ መልእክተኛ ቢልክብኝ ሸፍተህብኛልና፤ በጦር ሜዳ ተፈታትነኸኛልና፣ ከጠላት ጋር አብረህብኛልና፣ ሳልል ይቅር ብዬው እንደ ልጄ እንደተቀበልኩት አገር ያውቃልኝ የል? ባገር ላይ በመጣ የኢትዮጵያ ጠላት ላይ አብሮኝስ እንደዘምት እንደፈቀድኩለት፤ ክብሩንና ማዕረጉን እንዳልነሳሁት፤ የቀሩትንስ እነራስ ስብሃትንም ሆነ የሐማሴንንም፣ የአካል ጉዛይንም፣ የምፅምን ሆነ፣ የህርጋኅንም ሰዎች ልጆቼ ብዬ እቀበላቸው አልነበር? ከአገራቸው ነፃነት ነጭ የሚያበላቸው እንጀራ በለጠባቸው እንጂ! እኔም ጣልያኖች የእነርሱ ጆሮ ጠቢ አድርገው ከሚያምኗቸው መሃል አገራቸውን ኢትዮጵያን የሚወዱ የሚወዱትን ደህና አድርጌ ይዣቸዋለሁና አሁን ጠላት ምሽጉ ድረስ ሄጄ ጦርነት እንድጀምር ፈልጎ ከምሽጉ አድብቶ መቀመጡን ሰምቼዋለሁ። አንዳንዴ እንደ ዔሊ ከድንጋይ ውስጥ ራሱን ወጣ ያደርግና እኔ ከምሽጉ ወጥቶ ሊዋጋ ፈልጓል ብሎ ጦሬን ማንሳቀሳቀስ ስጀምር እዚያው ከምሽጉ ተመልሶ ይገባል። መዘየድ ያለው ነው። ስንቄ አልቆ፣ ሠራዊቴ በረሃብ የሚፈታበት ቀን ካሁን አሁን እየቀረበ የመጣ እየመሰለው አድብቶ መጠበቁን፣ እኔም የስንቄን ማለቅ አይቼ ሠራዊቴን በረሃብ ከምጎዳው፣ የበጋው ወር ከማለፉ በፊት እንዲመለስ፣ ድል የግዜር ነው ብዬ ጠላት ካለበት ምሽጉ ድረስ ሄጄ ልዋጋ አልል ነገር የሚሆን አይደለምና የዘየድኩት ዘዴ በጆሮ ጠቢዎቼ አማካኝነት መራቤን፣ መጠማቴን ሠራዊቴም ስርዐተ አልባ ፈጥሮ እንዳስቸገረኝ፤ ገሚሱም እስከ ሸሬ፣ እንዳ ሥላሴ ድረስ እየሄደ፣ አገሬውን እየዘረፈ፣ በማስቸገሩ ስንቅ ለኔም ለሠራዊቴም አገሬው እንደከለከለኝና ከዛሬ ነገም የገዛ ሠራዊቴ በኔው መቀየሙን ውሸቱን ሁሉ እውነት አድርገው ለጄነራል ባራትዮሪ ለሚያደርሱ የራሴ ሰዎች ሆነ ብለው እንዲያወሩ ነግሬአቸው እነርሱም እዚያው

ጠላት እመሽገበት ድረስ ሄደው መንገራቸውን ጣልያኖቹም እንዳመኑበት ሰምቻለሁ። መቼም የስለላ ነገር እግዜር የሚወደው አይደለም። ቢሆንም አገርና መንግሥት ነኝና ይህንን በሌላው አለም የሚደረገውን ማድረጌ የግድ ነው። ጣልያኖች ደግሞ ጥቁር ሐበሻ ሕዝብ ይህንን ያህል ብልሃትና እውቀት ከየት ብሎ ያመጠዋል? እውቀቱ ስልጣኔው የኛ ብቻ አይደለም ወይ? ብለው ስለሚሉ እነርሱ ታማኝ አድረገው በጀሮ ጠቢነት ደህና የያዟቸው የሃማሴንም፣ የሠራዬም፣ ያካለ ጉዛይም፣ የምፅዋም ልጆች አብዛኞቹ የኔ ልጆች ናቸው። ንጉሠ ነገሥታቸውም ኡምቤርቶ ሳይሆን ደግማዊ ምኒልክ መሆኑን በልባቸው ይዘዋልና ሚስጥሩን ሁሉ አምጥተው ነግረውኛል። ታዲያ እኮ ኢጣሊያ ምፅዋ ገብታ በህርጎግና በአምኮሎ ያለውን ምሽግ አጠንክረው ኩይሂንና ዙላን ለመያዝ ሲዘጋጁ የህርግጎውን ናኢብ መሀመድ አብዱልራሂምን ኢትዮጵያን የምትወድ ሰው ነህ ብለው ከገዥነት ሻሩት። በሱ ፋንታ ወንድሙን ለእነርሱ የታመነና ስጋና አትክልት ለእነርሱ በማቅረብ የሚጠቀም መሆኑን አይተው ለኛ የታመነ ነው ብለው እሱን ገዥ አደረጉት። እኔ ግን እግዚአብሄር ምስክሬ ነው አብዱል ከሪምን እኔ እንዲህ አድርግ ሳልለው በምፅዋ በኩል ኢጣሊያኖች የሚያደርጉትን እንቅስቃሴ እየሰለለ ራሱ ከተወላጁ ሰው እየመረጠ እስከ ራስ አሉላ ድረስ እየተላላከ ራስ አሉላም በስለላ ሻል ሻል ያሉትን ደህና አደራጅተውልኝ ቆዩ። አሁንም እኔ እዚህ አድዋ ከራሚ አለመሆኔን ኢጣሊያኖች ያውቁታል። የኔ ምኞት ግን እነርሱ ከምሽጋቸው ወጥተው ወደ መሐል ድረስ እንዲመጡልኝ ነው። ስለላው የሚጠቅመኝ ለዚህ ነው ። አሁን እናንተ ሕፃናቱ፣ ሴት ወንዱን፣አሮጊት ሽማግሌውንና አንካሳና የኔ ብጤው ሳይቀር ወደ እኔ ድረስ እንዲመጥሉኝ ያዘዝኩት ለጉዳዬ ነው። እናንተ ዛሬ ሌሊቱን ከመራባችሁና መጠማታችሁ የተነሳ ከእኔ ጠፍታችሁ የሄዳችሁ መስላችሁ ለጣሊያኖች ምሽጋቸው ድረስ በእኔና በሰራዊቴ ላይ የደረሰውን ችግር እንድትነግሯቸው ነው። እናንተ ምጽዋት ለመለመን ወደ እነርሱ መሄዳችሁን በክፉ እንዳይጠረጥሩት ዘዴና ሥርዐቱን የሚነግር ሰው አደርግላችኋለሁ። ጣሊያኖች በሰላይነት ያስቀመጧቸው የኔው ሰዎች ይህንኑ ጉዳይ ቀደም አድርገው እንዳደረሱ አውቃለሁ። እዛም እንደደረሳችሁ ምኒልክ ጦሩ እየከዳው ህዝቡም ቀለብ እንደከለከለውና ገሚሱም መንገዱን ወደ መጣበት ወደ ሸዋ ማቅናቱን የአንድ ቀን ቀለብ እንኳን የሌለው መሆኑን እርግጥ ነው ብላችሁ እንድትነግሩ ይሁን። በሥርዐት በሥርዐት እያደረገ ወደጣሊያኖች ሰፈር የሚልካችሁ አደርግላችኋለሁ>.።

ፊታዱ ሞላ አፄምኒልክን ሆኖ ተናግሮ ሳያበቃ የመቀሌው ግራዝማች አቋረጡት። እሳቸውን ተከትለው እኛ የመጀመሪያው ሸበቶ ጎፈሪያምም ገቡበት። አንዳቸው ከአንዳቸው ንግግር ጋር እንዲሰምር የፈለጉ ይመስል ተጠባበቁና ባንድ ቃል <<ፊታዱ ሞላ ያለው ሁሉ ትክክል ነው። ይህ ሰው የአድዋ ድል መታሰቢያ ዕለት ፈውስ ሳይሆነው አልቀረም>> ይሉ ጀመር። አንዱንም ሳያስቀር እነርሱ ካባቶቻቸው እንደሰሙት አድርጎ መናገሩን ይመሰክሩለት

ጀመር ።

የአድዋን ድል መቶኛ አመት በአደባባዩ ለማክበር የተሰበሰበውን ህዝብ እብዱ ፈቃዱ ሞላን መመልከት ተዉና አይኖቹን ወደ እነዚህ አዛውንቶች አዞሩ። እነርሱ ግን የህዝቡ ሁኔታ እንዲያውም መንፈሳቸውን ያጋለው ይመስል የኢትዮጵያ እድል የተወሰነበት የአድዋ ጦርነት በዚህ አይነት ኢጣልያኖች በምኒልክ የስለላ ወጥመድ ውስጥ ወድቀው፣ ከምሽጋቸው ወጥተው የጦር መሪዎቻቸውም አንዱ ከአንዱ ቀድሞ ድል አደረገ ለመባል ተሽቀዳድመው ከኋላቸው ደጀን እየተነጠሉና ከወገን እየተለዩ ለእነርሱ የሚሰልሉ መስለው ለምኒልክ ይሰልሉ የነበሩ ሰዎች በነደፉላቸው የተሳሳተ መንገድ እየፈነጠዙ ሄደው የእሳት እራት እንደሆኑ ተናገሩ። ከዚያም ደግሞ በዓሉን ለማክበር የተሰበሰበው ህዝብ አንዱ ሌላውን እየተቀበለና አንዱ ሌላው ከቆመበት እየቀጠለ እምዬ ምኒልክ የጦር መሪ ብቻ ሳይሆኑ ጠንቃቃ ስልተኛም እንደነበሩ እርስ በራሳቸው እየተያዩ አወረዱት። የጋራ ምስክርነት ለመስጠት በኢትዮጵያ ህዝብ ፊት የቀረቡ መሰሉ። የተሰበሰበውም ህዝብ ይህንን የታሪክ ምስክርነት ለመስማት የተገኙ ይመስል በፀጥታ አዳመጣቸው ።

አዛውንቱ ግን በተሰበሰበው ህዝብ ስሜት እነርሱም ይበልጡን አየጋሉ እንጂ አየበረዱ የሄዱ አልሆኑም። ሽለላ እና ቀረርቷቸውን ያወርዱት ጀመር። የድሉ ዕለት አያት ቅድመ አያቶቻቸው እምዬ ምኒልክ ፊት ቀርበው የተሸለሙበትን እያስታወሱ በቃላቸው አወረዱት ።

ምኒልክ ተወልዶ ባያነሳ ጋሻ
ግብሩ እንቁላል ነበር ይህን ጊዜ አበሻ ።
በሰራው ወጨፎ ባመጣው እርሳስ
ተፈጠመ ጣሊያን ከአበሻ እንዳይደርስ
ምኒልክ ተጉዞ የምትጠይቁኝ
ፊትም አላለፈ ኋላም አይገኝ።
አባተ በመድፉ ሃምሳውን ሲገድል
ባልቻ በመትረየስ ነጥሎ ሲጥል
የጎጃሙ ንጉሥ ግፋ በለው ሲል
እቴጌ ጣይቱ እቴጌ ብጡል
ዳዊቷን ዘርግታ ስመዓኒ ስትል

ተማራኪው ባዙቅ ውሃ ውሃ ሲሉ

ዳኘው ስጠው አለ ሰላሳ በርሚል።

እንደ በልዓ ሰብ እንደ እመቤታችን

ሲቻለው ይምራል የኛማ ጌታችን።

አዛውንቱ ይሄንን በቃላቸው ያወረዱትን ግጥም እንደጨረሱ ህዝቡ ደስታውን በጭብጨባና በፉጭት ሳይቀር ገለፀላቸው። ወዲያው ደግሞ አንድ ጀንደረባ የሚመስሉ፤ የመነኩሴ ቆባቸውን የደፉና ከላይ እስከታች ጥቁር የለበሱ ቁመታም በብጫ፣ ጨርቅ የተጠቀለለ መስቀላቸውን ወደ ላይ ይዘው የተሰበሰበውን ህዝብ እየጣሱና <<እንዲያ ነው!>> እያሉ እነፈ.ቃዱ ሞላና ወጣቱ ወደ ቆሙበት ደረሱ። እንደደረሱም

<<ቢገድሉኝም ቢቆርጡኝም ይኸው ቆምኩለዎ

ያለምጣም ምኒልክ ብዬ ሰደብኮዎ

ብላ አንዲት ሴት የገጠመችው ለዚህ እኮ ነው!>> አሉ። እንደቀደሙት ሰዎች እሳቸውም የፈለጉትን ለመናገር ፈቃድ ሳያስፈልጋቸው በመስቀላቸው ባራቱ ማዕዘን አማተቡና <<በስመ አብ ወወልድ ወመንፈስ ቅዱስ አሐዱ አምላክ>> ይሉ ጀመር። በዓሉን በፀሎት መባረካቸው ወይስ ማሳረጋቸው እንደሆነ የተገለፀለት ባይኖርም ወዲያው ደግሞ በግራ እጃቸው የያዙትን በጥቁር ጨርቅ የተሸፈነ መፅሐፍ ከፍ አደረጉ።

<<ተፅፏል እኮ! መፅሐፉ እኮ በእጃችን ይገኛል! እንዴት እኮ ነው! በስለላው ብቻ ምኒልክ ድል አደረጉ ማለትስ አኮ የሚቻል አይደለም። የጦርነቱ ጉዳይስ! ያልተማርን፤ ፊደል ያልቆጠርን ቢሆን ጽፎና ተርጉሞ ያቆየን ባይኖር ይቆጨኝ ነበር። እርግጥ የስለላው ጥበብ በዚያን ጊዜ ያለ አይመስልም ነበር ። አፄ ምኒልክ ጥበበኛ ነበሩ ። መካሪዎቻቸውን የሚያዳምጡት ከአክብሮት ጋር ባለቤታቸውን ጥበበኛዋንና ታላቋ የጦር መሪን ጣይቱ ብጡልን ከጎናቸው አድርገው ነበር። እነራስ አሉላን፤ እነራስ መንገሻን፤ እነ ራስ ወሌን እነራስ አባተን፤ አና ደጃች ባልቻን እርሶ እያሉ፤ እናንተ ወንድሞቼ እያሉ ነበር ። የኢትዮጵያ በነጻነት የመቆየት እድል የተወሰነበት ያ የድል ቀን ሽንፈቱ ለኢጣሊያኖች ብቻ ሳይሆን የኢንግሊዝም የጀርመንም የፈረንሳይም መንግስታት ሽንፈት ሆኖ የተቆጠረበት ነበር። ቢሆንም ያ ታላቅ የድል ቀን ብዙ ህይወት አልፎበታል። ታዲያ የኢጣሊያኖች ጦር መሪ አራት ወር ያህል ቆይቶ ጦሩን የካቲት 21 ቀን ምሽት ላይ እንዲንቀሳቀስ ትዕዛዝ ቢሰጥም ዝናብ ሆነበትና በነጋታው ብራ ዋለና ጦሩን ሌሊቱን አንቀሳቀሰ። ጀኔራል ዳቦር ሜዳ ደጄን ሆኖ ተላከለት። የአጣሊያ ጦር መንቀሳቀስ እንደተሰማ ራስ መኮንን የሀረርጌን ጦር ይዘው ገሰገሱና አድዋ ከተማን ያዙ።

ራስ ሚካኤልም የወሎን ጦር አስከትለው ሰላዶ የሚባለውን ተራራ ያዙ። በንጉሥ ተክለ ሃይማኖት የሚመራው የጎጃም ጦር ደግሞ ፊት ለፊት ገሰገሰ። የኢጣሊያኖች ምሽግ ጦር ወዳለበት ተጠጋ። ራስ መንገሻ ዮሐንስ የትግራይ ሰራዊቱን ሰብስበው የጄኔራል አልቤርቶኒ ጦር ያልፍበታል የተባለውን ስፍራ ቀድመው ለመዝጋት ዓዲ ዓጉን ላይ ተጠንቅቀው ተጠባበቁ። የአልቤርቶኒማ ሃሳብ አድዋ ገብቶ አባ ገሪማን ለመያዝ ነበር። አልሆነለትም። አፄ ምኒልክ ደግሞ በእቴጌ ጣይቱ፤ በራስ ወሌና ዋግ ሹም ጓንጉል የሚመራውና በዚያን ጊዜ የምኒልክ በጅሮንድ የነበሩት ደጃች ባልቻ የሰበሰቡትን የአገምጃ ጉራጌን ጦር ደጀን አድርገው ወደፊት ተጓዙ።

የኦሮሞ ፈረሰኞች ደግሞ ከኢጣሊያኖች ቀድመው ወደ አስራ ሰባት ኪሎ ሜትር ያህል ወደ ውስጥ ገቡና ምንጭ የሚገኙባቸውን ስፍራ ከበው ያዙ። አዝማሪውም ደግሞ ፈቃዱ ሞላ ቀድሞ ያለውን

ኧረ ግፍ በዛ ኧረ ግፍ በዛ

በጀልባ ተሻግሮ አበሻን ሊገዛ።

ኧረ ጉዱ ከፋ ኧረ ጉዱ ከፋ

መረብን ተሻግሮ ኢጥዮጵያን ሊያጠፋ።

እያሉ ቀሳውስቱ መነኮሳቱ ደግሞ ወደ አምላካቸው በመጮህ ወራሪውን ጠላት እንዲቆጣላቸው ፀለዩ። ሌሊቱን የራስ መንገሻ ዮሐንስ ጦር እንዳ ኪዳነ ምህረት ላይ ከጀኔራል አሊቤርቶኒ ጦር ጋር ገጠመ። ሌሊቱን ሙሉ ውጊያ ሆኖ በነጋታው ከጥዋቱ አንድ ሰዓት ላይ የጀኔራል ዳቦርሜዳ ጦር አሊቤርቶኒን ለመርዳት መንገድ እንደጀመረ፤ መንገዱ በኢትዮጵያውያን እንደተያዘበት ሲረዳ ማርያም ሸዊዕቶ በሚባለው አድርጎ፤ደራርና ናስራ የሚባሉት ተራራ ሲደርስ ማለፍ ያቅተዋል። ብዙ ሰዎች ያልቁበታል። የዚህ ጊዜ ነው ዋናው የኢጣሊያን ጦር መሪ ባራቲዮሪ ጦሩን አስከትሎና እሱም በፈረሱ ተቀምጦ ጄነራል ዳቦርሜዳ ወደተከበበት ተራራ ሲደርስ ከእንዳ ኪዳነምህረት የተመለሱ ብዙ የኢጣሊያን ቁስለኞች ከተራራው መሃል የሚገኘውን ሜዳ ሞልተውት አገኛቸው። ባራቲዮሪ የዚህን ጊዜ ነው በልቡ ሽብር የገባው! ይህም በእኛም በእነርሱም የጦርነቱ ታሪክ ዘጋቢዎች ተፅፏል። የኢትዮጵውያን ጸሀፊ ለራሱ አድልቶ ጻፈው እንዳይባል ፈረንጁ ቀኑ፤ ሰዓቱ፣ ስፍራው ሳይቀር ጽፎታል። ከዚያ በላይ ባራቲዮሪና አልቤርቶኒ ሳይቀር ከምርኮ ተመልሰው አገራቸው ከገቡ በኋላ የጻፉት ታሪክ እኮ እንዳለ ነው! ኧረ ወዲያልኝ! ከዚያ ወዲያማ ባራቲዮሪ ለመድፈኛው ብርጌድ ትዕዛዝ ቢሰጥ፣ መትረየስ ቢንካካ፣ እምዬ ምኒልክ ሰራዊቱን በዚያ ተኩስ መሐል ሰንጥቆ እየገባ የኢጣሊያንን ወታደር ይፈጀው ጀመር። ይኸም ሳይቀር

ተፅፏል! በጥቂት ሰዓት አኮ ነው የጣሊያኖች መድፍና መትረየስ የኢትዮጵያዊያን ልጆች ጭጭ ያሰኙት! ከዚህ ወዲያማ የጠላት ሬሳ የአሞራ ራት ሆነ እንጂ ማን ችሎ ያንሳው፡፡ "የተማረከውን ሰንሰለቱን እየፈታችሁ ልቀቁት>> ብለው አፄ ምኒልክ አዘዙ ቢቸግራቸው ! አለበለዚያማ ያንን ሁሉ ምርኮኛ ማን ችሎ ይጎትታል፡፡ እርግጥ ደጃች በሻህ አቦዬ፤ ደጃች ገበየሁ ተክሌም በማስታወሻቸው ይዘውት ነበር፡፡ በኢጣሊያኖች በኩል ያልተጻፉ እንዳይመስላችሁ፡፡ ሁሉም ተፅፏል፡፡ አንድ የቀረ የለም፡፡ ዋናው የጦር መሪ ጀኔራል ባራቲዮሪ ተማረከ፡፡ ጀኔራል አልቤርቶኒም ተማረከ፡፡ ጀኔራል አርሞንዲ እንዳልሆነ ሆኖ ሞተ፡፡ ጀኔራል ዳቦር ሜዳማ እድሜውም የገፉ ነበር፡፡ ለመማረክ እድሉንም አላገኘ፡፡ እዚያው በጦር ሜዳው ተገደለ፡፡ የድሉ ነገር ለምኒልክ ሆነና መቼም እሳቸው አምላካቸውን የሚወዱ በመሆናቸው የፈጠራቸውን አምላክም የሚሳነው ነገር ስለሌለ ድል በመሳሪያው ብዛትና ጥራት፣ በሰራዊቱ ብዛትና ጥራት ብቻ ሳይሆን በጥበብና በአስተዋይነት የሚመራ፣ ሐቅን ይዞ፣ በእርግጠኝነትና ቆራጥነት ጠላቱን የሚመክት የእግዜርም ፈቃድ ተጨምሮበት ማሸነፉ እንደማይቀር ተረጋገጠ፡፡ እምዬ ምኒልክ ግን ምንም ቢሆን ጠላታቸውን እጃቸው ላይ ቢጥልላቸውም ርህራሄ ያላቸው ንጉሠ ነገሥት ነበሩ፡፡ <<እኒህ የኢትዮጵያ ጠላቶች ቢሆኑምና ምንም ድሉ የእኔ ቢሆን አነርሱም የእግዚአብሄር ፍጡር ናቸው፡፡ ሃይማኖታቸው የካቶሊክ ቢሆንም እንደኛው አንድ አምላክን የሚያምኑ ክርስትያኖች ናቸው፡፡ የኔን ልጆች አስከሬንና አፅም አንስቼ በወግ ማዕረግ እንዲቀበር እንዳደረግሁ ሁሉ የእነኚህም የአዳምና የሄዋን ዘሮች ናቸውና አፅማቸው ተነስቶ፣ አጥንታቸው ተለቅሞ፣ አቡነ ማቲዎስ ባሉበት ፍትሃቱ ሳይጓደሉባቸው የቀብር ሰነ ስርዓት ይፈፀምላቸው፡፡ ማዕረግና እልቅና፣ መኳንትነትና አዛዥነት ያላቸውም የማዕረግ ልብሳቸው ተሰብስቦ በወግ በማዕረግ ዘመዶቻቸው ባሉበት የኢትዮጵያ ንጉሥ ነገሥት በእጁ ለወደቁት ጠላቶች ጭምር አዛኝነትና ርህራሄ ያለው መሆኑ ተገልጾ ደብዳቤ ተፅፎ ይላክላቸው>> ማለታቸው ትልቅ ታሪክ ነውና በዛሬው ሰዓት የአድዋን ድል መቶኛ አመት መታሰቢያ ለማክበር እዚህ የተሰበሰበውን ህዝብ በልቡ እንዲይዘው በጌታችን በመድኀኒታችን በየየሱስ ክርስቶስ ስም እለምናለሁ>> አሉና የእግዚአብሄርን ቃል ይሰብኩ ይመስል በስሜትና በመረግረግ የተናገሩ በመፅሐፉም ያለ መሆኑን ለተሰበሰበው ሕዝብ ለማሳመን፤ በእጃቸው የያዙትን በጥቁር ጨርቅ የተጠቀለለ መፅሐፍ ከፍ ቢያደርጉት ለካስ በዚያ ዘመን በኢጣልያን አገር በትምህርት ላይ የነበሩት አፈወርቅ ገብረየሱስ ዘብሔረ ዘጌ <<የኢትዮጵያ ታሪክና አድዋ ጦርነት>> በሚል ርዕስ የፃፉት መፅሐፍ ኖሯል፡፡ የአፈወርቅ ገብረየሱስን መፅሐፍ የእግዜር ቃል የተፃፈበትን ቅዱስ መፅሐፍ እንደሚከፍቱት አይነት ገለጥ አደረጉና የአድዋው ድል የተገኘው በሁሉም ብሔረሰቦች በተከፈለው መስዋዕትነት መሆኑን ለመግለፅ የተፃፋትን አነበቡት፡፡

<<የሸዋ ፈረሰኛ፤ የጎጃም እግረኛ፤ ትግሬ ነፍጠኛ፤ የአማራ ስልተኛ ከቦ ይቆላው ያንደገድገው

ጀመር። ከእንዝርት የቀለለ የጁዬ፤ ከነብር የፈጠነ ቤጌምድሬ፤ ከቋንጣ የደረቀ ትግሬ ፈጀው፤ አሰጣው ዘለሰው>> ሲሉ የጻፉትን ጠቀሱ። እኚሁ መነኩሴ ከዚህ ጋር አያይዘው <<አሁን እውነት እግዜር ይወደዋል! እኮ ማንን ለማስደሰት ነው ተድርጎም የማይታወቀውን የአድዋን በዓል እዚሁ ዋናው ከተማ ማክበር ሲገባ አድዋ ላይ ደምቆ እንዲከበር ማድረግ በቋፍ ያለውንና የተከፋውን ህዝብ ይባስ ቅር ማሰኘት እንደሆነ እንዴት መንግሥት ነኝ የሚል የጠፋዋል? ምኒልክንስ ያህል መሪ ማናናቅና ማንኳሰስ ይገባል? የኢትዮጵያ ታሪክ ሀ ብሎ ከወያኔ መጀመሩ ከሆነ ሰማዕታቱን እንቅልፍ የሚነሳና የሚያሳዝናቸው እንጂ ውለታቸውን የሚከፍል አይሆንም። ተፅፎ የለም እንዴ! በፈረንጁ ፀሐፊ ሳይቀር! በአድዋ ጦርነት ከሁሉም ዘሮች ተውጣጥቶ መቅረቡን ኢትዮጵያ እስከ ዛሬ በነፃነቷ ኮርታ የኖረቸው ልጆቿ በዘር በሃማኖት ሳይከፈፈሉ አብረው ባንድነት የውጭ ጠላትን አሳፍረው በመመለሳቸው አይደለም እንዴ! አሁንስ ቢሆን እንከባበር፤ መናናቁን እንተወው፤ ቂምና ጥላቻን ማባባስ የሚጠቅመው አገርና ህዝብን አይደለም>> ካሉ በኃላ በስመአብ ወወልድ ወመፈስ ቅዱስን ቀጥለው ሰላምለኪን ጀመሩ። የተሰበሰበው ሕዝብ ግን መታመስ ጀምሮ ኖሮ ሁሉም የየራሱን ቅኝት እየፈለገ ለአድዋ ድል መቶ ዓመት መታሰቢያ ይሰማማል በሚለው አይነት ዘፈኑን መዝሙሩን ያስነካው ጀመር።

▪ ▪ ▪ አድዋ ከዋዜማሽ እስከ ድል ቀንሽ ▪ ▪ ▪

ምዕራፍ ዘጠኝ

ሕዝብ ለሕዝብ አልተነጋገረም፣ በግብታዊነት የተቀሰቀሰውም ያውም በአንድ በከተማው የታወቀ እብድ ያነሳሳው የአድዋን ድል መቶኛ አመት ለማክበር የተሰበሰበው ሕዝብ ቀስቃሽ መሪና አደራጅ አላስፈለገውም። የመንግሥት ፈቃድ መጠየቅ ድረስ አልደረሰም እንጂ ሰላማዊነቱና በመንግሥትም ላይ ቅሬታን ተቃውሞ፣ ትችትና ታሪክ በሚገባ የቀረበበት በብዙ መልኩ ከሲቭል ኢምቢተኛነት ጋር የተገናኘ ሕዝባዊ እንቅስቃሴ መሰለ። በዚህ የአድዋ ድል መታሰቢያ መቶኛ አመት አከባበር ድንገት ሳይታሰብ <<ጀግና ጀግና ነው፣ አይፈራም ሞት፣ ላገሩ ክብር ለነፃነት>> የሚለውን መዝሙራቸውን ከሩቅ እያሰሙ በሰልፍ ድንገት ብቅ ያሉት የአስተማሪው ታደሰ ልጆች ነበሩ። በበላይ ዘለቀ ት/ቤት በአገር መውደድና አርበኝነት መንፈስ ብቻ ሳይሆን በመዝሙር ጭምር ያሰለጠናቸው ታዳጊ ወጣቶች ነበሩ። በዕድሜያቸው ላይ እድሜ ጨምረው ድምፃቸው ጎርንኖ ጢም ሳይቀር አቀምቅመው፤ ከልጅነት ወደ ጉርምስና ከተሸጋገሩ በርካታ ዓመት ያለፋቸውም ቢሆን የአድዋን ድል መቶኛ አመት መታሰቢያ ለማክበር እዚያው ተገኝተው ኖሯል። እንኳን አድዋን ይቅርና ከዚያም ያነሰ የሕዝብ በዓል ቢሆን ተለይተው አያውቁም። አሁንም በመቶኛው የአድዋ ድል በዓል ላይ የአስተማሪው ታደሰ መሪነት ሳያስፈልጋቸው አንድ ላይ ከቆሙበት ሆነው <<ጀግና ጀግና ነው፣ አይፈራም ሞት፣ ላገሩ ክብር ለነፃነት>> የሚለውን መዝሙር አስከትለው <<አይዞሽ ተነሽ ኢትዮጵያ>> የሚለውን መዝሙራቸውን ባንድ ድምፅ ማዜም ቀጠሉ

<<አይዞሽ ተነሽ ኢትዮጵያ አይዞሽ

ተነሽ ኢትዮጵያ ካለን ልጆችሽ

ካለን ልጆችሽ ካለን ልጆችሽ

ካለን ልጆችሽ ኢትዮጵያ አይዞሽ።

በማር በወተቱ አሳድገሽናል

ውለታ ለመከፈል ልጆችሽ ታጥቀናል>>

እያሉ እየዘመር በሰልፉ መካከል ተርመሰምሱ። ይህ መዝሙር ሲያበቃ ደግሞ

ጀግና ጀግና ነው አይፈራም ሞት

ላገሩ ክብር ለነፃነት

አይዞሽ ተደሰቺ ሃዘንሽ ለምንነው

ለምን ነው

እኛ የምንሞተው ለሃገራችን ነው"

ብለው ቀጠሉ። መንኩሴው <<ከሰላምለኪ>> ለጥቆ <<እመቢቴ ድንግል ማርያምን>> ሳያስቀጥሉ በአስተማሪው ታደሰ ዘማሪያን ተቀድመው ኖር ሰልፉን እየጣሱ ለመሄድ መንገድ ሲፈልጉ ፈቃዱ ሞላ ያዛቸው።

<<አባቴ ያምላክንም ነገር በልኩ አድርጉ ይበሉን እንጂ! እንዴት ሁሉንም አንድዬ አንተ ታውቅልኛለህ ይባላል! አምላኬ አንተ ታውቅልኛለህ እያሉ ከአመት አመት አምላክን ማስቸገር አንድዬን ስራ ማስፈታት ነው። ለራሳችሁ ስታውቁ እኔም እውቅላችሁዋለህ ብሏል የሚባለው ሃሰት እንዳልሆነ ይንገሩን እንጂ አባቴ>> ብሎ መነኩሴውን አስቸግራቸው። እሳቸው ግን <<እንዳንተ አላበድኩም። ያንተ እብደት የመነኩሴ ቆብ ያስጥላል>> ብለውት አንድም ጭማሪ ነገር ሳይተነፍሱ ጥለውት ከህዝቡ መሃል ወጥተው ሄዱ።

ፈቃዱ ሞላ ወደዚያች ረስቷት ከሰነበተ ዘመን ያለፉት ወደምትመስለው ኮሮጆው እጁን መስደድ ጀመረ። ያንን እንደ ምኒልክ ሆኖ ለመናገር ብሎ በእጁ ይዟት የነበረውን ወረቀት ወደ ፌስታሉ ሲመልስ ለተመለከተው በዚሁ የሚያበቃ መስሎ ነበር። እሱ ግን ይህንንም ያህል እንደ መጀመሪያው ያልታሸ ሰፊ ወረቀት ከፌስታሉ ውስጥ ይዞ ብቅ አለና ሰልፉ ከመበተኑ በፊት ለተሰበሰበው ሕዝብ ለማንበብ ተዘጋጀ። ለካስ ቀደም ሲል ጀመር አድርጎ ተወት ያደረገውን የአድዋን ድል መቶኛ ዓመት የተመለከተ ግጥም ኖሯል። ስርጉት የድምፅ ማጉያውን ይዛ የተሰበሰበው ሕዝብ ከመበተኑ በፊት ፈቃድ ሞላ ለመጨረሻ ጊዜ አንዲት

ግጥም በንባብ ሊያሰማ መፈልጉን ገለፀች። ሰዉም <<ቀደም ሲል ስለ አድዋ ጀመር አድርጎ ተወት ያደረገውን ግጥም ያንብብልን>> እያለ ቀደም ሲል የተነጋገረና የተስማማ ይመስል ባንድ ድምፅ ይጠይቅ ጀመር። ያ ቀደም ሲል ጀመር የተደረገው ግጥም የማይቀጥል ከሆነ ሰልፈኛው እንደሚበተን ይዝት ጀመር። የዚህ ጊዜ <<ይነበባል፣ ይነበባል>> እያሉ ሰልፈኛውን እነ ስርጉትና ባዩሽ፣ ሰይፉና ነሲቡ አረጋጉት። ፈቃዱ ሞላም ግጥሟ የተፃፈባትን ወረቀት ይዞ ቀረበ።

አድዋ ! ወይ አድዋ በድልሽ መታሰቢያ በመቶ አመቱ
አለቀቀኝም እብደቱ አጋንንት ልክፍቱ።
ለብቻ ማውራት መቀባጠር ማብጠርጠሩ
በእብድ ቋንቋ ማውራት ማንኳረሩ።
ለምዱብኛል አድዋ አትፈርጂብኝ
ልኩራብሽ ስል አፍራለሁኝ
ልፈርብሽ ስል እኮራለሁኝ
ሲታወሰኝ ከመሃል እናቴ ሲነዝረኝ
ሲነገረኝ ሲዘከረኝ የኖረው ታሪክሽ
ሲወጣ ሲወርድ ሲውለበለብ ባንዲራሽ
ሲዋረድ ሲንገላታ ታሪክሽ
ያውም ዘንድሮ በመቶ አመትሽ
ቢቸግረኝ አበድኩልሽ።
አድዋ አመመኝ ክፉ ሕመም
ከአሰፋልት መሃል የሚያስቆም
የሚያናግር የሚያስቀባጥር
ከምኒልክ ሀውልት ቆሞ የሚያስቀር።
አድዋ የድል ታሪክሽ ሲንጋደድ
የምኒልክ ጀግንነት ሲዋረድ
የኢትጵያ ልጆች አርነት ሞት
ባንዲት ምድር በነፃነት

በሕግ ሥርዓት እኩልነት
ይደግ ይለምልም ሲባል የሚሞት
ካመት አመት በመቶ አመት
ምን ከፋ እርግማን አለበት
እብድ ነኝ እኔ አላውቅም እውነት።
አድዋ እስቲ ይዘከር
ታሪክ ይመስከር ይመርመር
ኢትዮጵያን የመሰለ አገር
ያያት ያወቃት ይናገር
ስልጣኔዋስ ምን ነበር?
ከባህር ማዶ የሚሻገር
ሞልቶ ተርፏት የታሪክ ቅርስ ምስክር
እንዴት በመቶ ዓመት ተቀናንሳ ትቀመር
እንዴትስ አይኗ ይታወር
እንዴት ትነጠል ከባህር በር
ከምፅዋ አሰብ ቀይ ባህር
የምን ዝምታ ዓይኗ ሲታወር
መግቢያ መውጫዋ ሲታጠር
የባህር በር ሲለገስ
በእስክስታ ዘፈን ታጅቦ ሲወደስ
እንዴት እብደቱ ይነሰኝ
ልቅሶ ሃዘን ይብዛብኝ
የባህር በር እጦት ሲነዘረኝ
ወፈፍ አድርጎ ቢያስጮህ ቢያቅበጠብጠኝ
እነአጅሬ ተሳለቁብኝ
ትምክህተኛ ተስፋፊ ነፍጠኛ ተብዬ ተዘፈነብኝ።

አድዋ ወይ አድዋ ታልቅነትሽን ምነው ሳለሰምው ቢቀር
አንዳንዴስ ይሻለኝ ነበር።
ቸግሮኝ ነው አድዋ አትፍረጂብኝ
ነካ ያረገው የከተማው እብድ ማለት እኔ ነኝ።
አድዋ የድል ቀንሽ የመቶ ዓመቱ ሲከበር
እዚያው በዚያው መበታተን ሲዘከር
አንድነት ሲያስገድል ሲያሳስር
አድዋ ምንነትሽ በገዛ ልጅሽ ሲሻር
ኸረ ባንፍጫዬ ይወጣ የምን ጤንነት
የምን ምቾት የምን ድሎት
ኢትዮጵያ ታሪክ የሌላት ሞላጫ ድሃ ስትባል
እንዳመመኝ እንዳበድኩ ቢቀር ይሻላል።
ዱሮም ቢሆን በክፄ ጤና አጥቼ
የሰው ደም ሬሳ አይቼ
ከዛሬ ነገ ሳይሻለኝ
ታጣቂ መጣ አነቀኝ
እያልኩ ብጮህ ማን ሰምቶኝ
አንኅል ሆኜ ነካ አርጎኝ
ምነው ምን ሆንክ የሚለኝ አጥቼ
የሰው ደሃ ሆኜ ነጥቼ
ከሕመም ሁሉ የከፋ
አይድን ጭራሽ የለው ተስፋ
የሚብስ ደም ሲፈስ ግፍ ሲበዛ
የሚነዝር ያገር ነፃነት ታሪክ ተዋርዶ ሲዘከር
ሀብት ንብረት ሲመዘበር
ሲበዘበዝ

ባህር ማዶ ሲሻገር ሲጋዝ

ሕዝብ ለሕዝብ ማጋጨት ሲወደስ

ሲረገድ ለቂም በቀል ሲወደስ

ያኔ ይነሳል ሕመሜ

እንኳን አላየሽ እናቴ

የሚያሰኝ አንጀት ላለው የሚሰቀጥጥ

የሚያስቀባጥር ባንዲራው ሲረክስ ሲረገጥ

አይቼ ተብጠርጥሮ ሲወቀጥ

የሰው ዘር እንደ ጎመን ዘር

በአናሳ ክፍልፋይ ሲሰፈር ሲመነዘር

አለዚያ የት አባትክ አንት ቅማንጅር

ትምክህተኛ ነፍጠኛ እየተባለ ሲታሰር

ደም መልከ ቁመና ሳይቀር

የዘር መስፈርት ሲያጓድል ሲወገር

አንተ ጎደሎ ተብሎ ሲሰደብ

ሲረገም ሲደበደብ

መለያየት ርስ በርስ መናከስ

በአቡን ፖትሪያርክ ሲወደስ

ከታልቁ የሰው ዘር መደመር

ላገሬ ሰው እንደበዛበት ሲነገር

ታጣቂ ሲተኩስበት ጳጳስ ሲቀድስበት

ወያኔ ድግስ ሲደግስበት የደስ ደስ ሲረገድበት

ቅኝ ገዥዎች ሲሰቁ ሲያላግጡበት

ተመልክቼ ብጮህ ብማፀን ማን ቢሰማኝ

የታወቀው የከተማው እብድ ማለት እኔው ነኝ

ቢቸግረኝ ምን ላርግ

ጨርቄን ጥዩ ከነፍኩ አበድኩኝ።

የተሰበሰብው ህዝብ ፀጥ ብሎ ማዳመጡ ብቻ ሳይሆን ዕንባው አይኑ ላይ ያላቀረረ ያለ አይመስልም። የዚህ ጊዜ ነው ነሲቡና ስርጉት <<የአድዋ አገር ፍቅር መንፈስና አንድነት ለዘላለም ይኑር!>> ብለው መፈክር ማስተጋባት የጀመሩት። የተሰበሰበውም ሕዝብ እነርሱን እየተከተለ ሶስት ጊዜ <<የአድዋ አገር ፍቅር መንፈስና አንድነት ለዘላለም ይኑር!>>እያለ በጩኸት እያስተጋባ መበተን ጀመረ። ፈቃዱ እብዱ፣ ስርጉት ነሲቡ ባዩሽና ሰይፉ እዚያው መጀመሪያ ከተገናኙበት የምኒልክ ሀውልት ሥር እንደ ቆሙ ደርቀው ቀሩ። ሴት ጓደኛው ታጣቂ በተኮሰው ጥይት የቆሰለችበትም የዩኒቨርስቲው አራተኛ አመት ተማሪም ከእነርሱ ጋር ተቀላቀለ። የሕዝቡን መበተን በስልክ የተነገረው የፀጥታ ክፍል ለካስ አድፍጦ ይጠባበቃቸው ኖሮ ፈቃዱ ሞላን፣ ስርጉትን ሰይፉን፣ ነሲቡንና ባዩሽን እንዲሁም የዩኒቨርስቲውን ተማሪ አፈናቸው። ለመከላከል እንዳይችሉ አድርጎ ተረባረበባቸው። ወዲያውኑ ከየት በኩል እየተከፈለፈለች እንደመጣች በማይታወቅ ላንድ ክሩዘር አስገቧቸው። እነኚያ ከሕዝብ መሃል ገብተው የአድዋን ድል መቶኛ ዓመት አከባበር እስከ መጨረሻው ሲከታተሉ የነበሩት ታጣቂዎች ፈቃዱ ሞላንና ወጣቱን አፍነው ለመውሰድ በድንገት ከምኒልክ አደባባይ ከፈሰሱት የህወአት ቅጥረኞች ጋር ቀድመው አይደባልቁ ነገር ቸገራቸው። ፈቃዱ ሞላንና ወጣቱን ከአፈና ለማዳን በታጠቁት መሳሪያ ሙከራ ለማድረግ ቁርጠኛነት አነሳቸው። ይህ ብቻ አይደለም። በጣት የማይቆጠሩ ጥቂት ሰዎች የሚቀሰቅሱት አመፅ ከራሳቸው አልፎ በሕዝብ ላይ የሚያመጡት መዘዝ የታያቸው ይመስል ከነበሩት ሳይነቃነቁ የሚሆነው ሁሉ ይመለከቱ ጀመር። ከወራት በኋላ ተማሪዎቹ ከእስር ተፈተው ከዘመዶቻቸው መደባለቃቸው ቢሰማም ፈቃዱ ሞላን ግን አየሁ የሚል አልተገኘም።

ተፈፀመ

www.ingramcontent.com/pod-product-compliance
Lightning Source LLC
LaVergne TN
LVHW010558070526
838199LV00063BA/5002
9789197278904

Novena a la
Virgen Inmaculada de Lourdes

Alfredo Resi

Introducción

Hay un fecha clave que marca el comienzo de las apariciones de la Inmaculada Virgen María a Bernardita Soubirous en la gruta de Lourdes (Francia): el 11 de febrero de 1858. En total, serán dieciocho las apariciones. En ellas, la Virgen, que se expresa en un fondo de silencio y oración, nos propone un cambio de actitudes para mejorar nuestra vida y así tender hacia una felicidad plena.

Entre quienes acudieron a la cita de Lourdes –acompañando a Bernardita– muchos lo hicieron sólo por curiosidad y muchos otros –como sucede todavía– lo hicieron con verdadera fe. En ese sentido, son una muestra de fe los incontables milagros y testimonios que se rescatan desde entonces.

El pedido de la Virgen de rezar por los pecadores está siempre presente. Tanto, que son muchos los que, a través de la oración, han encontrado el camino hacia la casa del Padre.

El Concilio nos ha recordado que la verdadera devoción a María nace de una fe auténtica; y es a partir de ésta que podemos reconocer la grandeza de la Madre de Dios, expresarle un amor filial e imitar sus virtudes.

Amamos a María porque es la Madre de Jesús y la primera entre los cristianos. En Lourdes nos trae su presencia, su cariño de madre y su mensaje de amiga. La presente Novena es un medio para actualizar en nosotros este rico y abundante mensaje de Lourdes, propicio para profundizar nuestra fe.

Tal vez hagamos la novena movidos por una necesidad, para solicitar un favor o sólo para mostrar gratitud. En cualquier caso, María nos reúne como hermanos, nos lleva a su Hijo Jesús y nos ayuda a vivir nuestro compromiso cristiano.

Confiamos en María y por eso acudimos ella.

Breve reseña histórica

Fecha	Acontecimiento
Febrero de 1858	
Jueves 11	1ª Aparición
Domingo 14	2ª Aparición
Jueves 18	3ª Aparición Mensaje: ¿Quieres hacerme el favor de venir aquí durante quince días? No te prometo hacerte feliz en este mundo sino en el otro.
Viernes 19	4ª Aparición
Sábado 20	5ª Aparición
Domingo 21	6ª Aparición
Martes 23	7ª Aparición
Miércoles 24	8ª Aparición Mensaje: ¡Penitencia! ¡Penitencia! ¡Penitencia! Rogarás por los pecadores. Besa la tierra por la conversión de los pecadores.
Jueves 25	9ª Aparición Mensaje: Ve a lavarte de la fuente y lávate en ella. Come de la hierba que está allí.

Sábado 27	10ª Aparición
	Mensaje: Ve a lavarte de la fuente y lávate en ella. Come de a hierba que está allí.
Domingo 28	11ª Aparición

Marzo

Lunes 1º	12ª Aparición
Martes 2	13ª Aparición
	Mensaje: Dile a los sacerdotes que edifiquen aquí una capilla y que vengan en procesión.
Miércoles 3	14ª Aparición
	Mensaje: Dile a los sacerdotes que edifiquen aquí una capilla y que vengan en procesión.
Jueves 4	15ª Aparición
	Último de los quince días.
Jueves 25	16ª Aparición
	Fiesta de la Anunciación
	Mensaje: Yo soy la Inmaculada concepción.

Abril

Miércoles 7	17ª Aparición
	Se produce el milagro del cirio encendido, cuya llama, al tocar la mano izquierda de Bernardita, no le produce quemadura alguna.

Julio

Viernes 16	18ª Aparición
	Bernardita ve por última vez a la Virgen, "más bella que nunca".

El rezo de la Novena

Esencialmente, una novena consiste en rezar durante nueve días seguidos (ya sea de modo personal o grupal) por una gracia o intención especial. La novena a la Inmaculada Virgen de Lourdes se inicia el día 11 y finaliza el 19 de cada mes.

Esquema para cada día

1. Nos ponemos en presencia de Dios y, para eso, hacemos la señal de la cruz.
2. Rezamos la oración inicial (ver en la página 30).
3. Recordamos la intención por la que rezamos la novena.
4. Leemos el texto de la historia de la Virgen de Lourdes seleccionado para el día.
5. Meditamos la lectura (Reflexión).
6. Elevamos nuestras peticiones (Oración).
7. Iluminamos la oración con la Biblia (Para meditar con la Palabra).
8. Nos proponemos un compromiso personal para el día.
9. Si contamos con tiempo suficiente, rezamos un rosario (ver página 39).
10. Hacemos la oración final (ver página 31).

DÍA PRIMERO
Lourdes, un lugar de luz

El 11 de febrero de 1858, una humilde y sencilla niña, llamada Bernardita Soubirous, va a buscar leña para sobrellevar el crudo frío invernal junto a su hermana mayor y una amiga. Antes de cruzar el arroyo, al borde del río Gave (que corre cerca de unas sinuosidades rocosas al oeste de Lourdes), una asombrosa luz seguida de un fuerte viento sacude su corazón; sin embargo, ni una sola de las ramas de los árboles se mueve. Para aumentar su asombro le sigue la visión de una hermosa y deslumbrante señora vestida de blanco.

De la misma Bernardita recibimos ese relato, repetido una y otra vez ante los interrogatorios de las autoridades civiles y religiosas del momento: "Mis dos compañeras atravesaron el arroyo situado delante de la gruta. Yo permanecí sola del otro lado y les pedí que me lanzaran algunas piedras para poder cruzar sin descalzarme, pero me fue imposible. Apenas había comenzado a quitarme una media, cuando nuevamente el ruido y el fuerte viento se hicieron sentir. Levanté la cabeza para mirar y vi una joven vestida de blanco, llevaba un velo también blanco sobre su cabeza, un cinturón azul le ceñía la cintura y tenía una rosa color amarillo en cada pie. De su brazo colgaba un rosario de cuentas muy grandes. El miedo me paralizó, pero pude ponerme de rodillas y comencé a rezar el Rosario. Cuando lo terminé, la joven me sonrió dulcemente y me invitó a que me acercara, pero no me atreví y me quedé en el lugar."

Reflexión:

La luz y el viento son dos símbolos que también irrumpieron en Pentecostés. Simbolizan la presencia del Espíritu Santo, quien nos da luz interior. Al Espíritu, que se manifiesta donde y cuando quiere, lo podemos reconocer, sobre todo, cuando nos hace encender y alimentar el amor a Jesús.

En ese sentido, su acción nos conduce de modo gradual a una unión más íntima con Él y nos impulsa a ser testigos de su Palabra con nuestra propia vida. Ése fue el caso de Bernardita, quien se dejó iluminar y conducir.

Oración:

Virgen Inmaculada, acompáñanos para que la luz del Espíritu Santo cale hondo en nosotros. Que nos animemos a invitarlo a pasar, a abrir las ventanas de nuestro corazón, a dejar que nos ilumine y conduzca por los caminos que Jesús nos reveló.

Te queremos dar gracias por tu actitud receptiva y confiada en la visita del ángel y por tu vida ejemplar que fue testimonio vivo del Amor de Dios, el mismo que le manifestaste a Bernardita en la gruta de Lourdes.

Para meditar con la Palabra (Jn 1, 1-18):

¿Soy capaz de "alumbrar" a los demás? ¿De qué manera?

Compromiso:

Revisar qué puedo hacer para recibir mejor al Espíritu.

DÍA SEGUNDO
Lourdes, un lugar de los pobres

Bernardita nace en un contexto de pobreza. Y a esa pobreza material se le agregan otras circunstancias: a los nueve meses, su madre se quema accidentalmente el pecho y tiene que buscar una nodriza para alimentarla. Cuando Bernardita tiene cuatro años, su padre, molinero, sufre un accidente en pleno arreglo de la rueda del molino y una astilla le hace perder un ojo.

Entonces, aunque su madre y su padre trabajan duro, el dinero no alcanza. La cuestión reside en que los Soubirous son gente muy buena y cálida, que no sabe negarse cuando les piden favores, y por eso hay quienes se aprovechan de ellos. Tantas personas les quedan debiendo que al fin su padre Francisco no puede seguir adelante con el molino y debe dejarlo; se dedica a trabajos que le ofrecen ocasionalmente. Pero gana tan poco, que los niños crecen desnutridos. A tal punto llega el hambre que de los ocho hijos de su matrimonio con doña Luisa, cinco mueren antes de los diez años.

Después de las apariciones de la Virgen, la situación de pobreza económica no cambia en la familia de Bernardita: ella se opone siempre a sacar algún provecho de su situación de vidente. No acepta ninguna donación.

Reflexión:
No es un dato menor que la Virgen de Lourdes eligiera a una niña pobre para conversar con ella.

En realidad, la pobreza material simboliza la actitud que María necesita de nuestra parte para un encuentro pleno. Así como salió

al encuentro de Bernardita, hoy viene a nosotros para compartir y manifestar la bienaventuranza del pobre. La Virgen sabe que para que Dios entre en el corazón del hombre "y haga en él maravillas", éste debe ser pobre de verdad, es decir, que se sepa necesitado de la ayuda de otros para seguir andando, que no se sienta poderoso ni autosuficiente. El pobre de verdad es aquel que logra desprenderse de su soberbia y orgullo, aquel que se sabe frágil y necesitado, que tiene como sostén vital a Dios.

Oración:

Virgen Inmaculada, que podamos descubrir lo que Dios revela a los pobres y que sepamos ser sencillos y abiertos como Jesús nos enseñó ("Te bendigo Padre, Señor del Cielo y de la Tierra, porque has ocultado estas cosas a los sabios y poderosos, y las revelaste a los pobres." "Bienaventurados los pobres porque de ellos es el Reino de los Cielos.").

Que, asistidos por tu ejemplo vivo, hagamos de nuestra pobreza un modo de acercamiento a Dios. Que encarnemos las circunstancias fundamentales de nuestras vidas como lo hiciste en la Anunciación: con entrega y confianza; en la Visitación: con actitud de servicio y misión; en el Calvario: desprendiéndote de lo más querido, tu Hijo.

Para meditar con la Palabra (Mt 25, 21-46):

¿A qué valores del Evangelio están más abiertos los pobres? ¿Qué hay en los pobres para que Dios los prefiera?

Compromiso:

Ver de qué cosas y costumbres me conviene desprenderme para ser más libre.

DÍA TERCERO
Lourdes, un lugar de los afligidos

En el tercer encuentro, el 18 de febrero, Bernardita trata de hablar con la aparición, hasta le ofrece papel y pluma para que escriba su nombre o le manifieste quién es.

La aparición sólo se expresa con una suave sonrisa; no obstante, a continuación le da tres avisos: "Lo que tengo para decir no es necesario escribirlo", para luego pedirle con dulzura: "¿Quieres hacerme el favor de volver aquí durante quince días?" Y por último: "No te prometo hacerte feliz en este mundo, pero sí en el otro."

A pedido de la Señora, y a pesar de las amenazas e interrogatorios de las autoridades, Bernardita concurre durante quince días. La Señora representa su mayor felicidad, aunque todavía no sabe quién es. Sin embargo, presiente la figura maternal de María y acude con confianza y fe a las citas.

Reflexión:

¿De qué felicidad habla la Virgen en Lourdes? No de la felicidad de quien vive en un mundo de irrealidades, en un tren de búsquedas y logros materiales, en una carrera desenfrenada y autosuficiente por cumplir objetivos laborales y seguir los dictados de la moda, exigencias

de los eslogans publicitarios, ídolos comerciales... Todo esto responde a una felicidad virtual, vacía de contenido, superficial y, sobre todo, individualista, que a la larga desilusiona. En un mundo tan lleno de mensajes, entre tanto cable y monitor, lo real hay que buscarlo tras los escollos de lo virtual.

La Virgen de Lourdes se refiere a la felicidad que es eterna: Jesús. Él, que es Camino, Verdad y Vida, nos invita a buscarlo. Y no nos invita solos, nos llama en comunidad ("donde dos o tres se reúnan en mi nombre yo estaré entre ellos"). La búsqueda es plena y fructífera si la compartimos con los que nos rodean, quienes también son "buscadores".

Oración:

Virgen Inmaculada, contágianos tu sonrisa. Supiste de dolores, de incomprensiones y soledad, y mantuviste siempre tu sonrisa.

Recuérdanos, cuando nos cueste seguir adelante, que la felicidad consiste en conocer y amar a tu Hijo, es decir, en amar y servir a los hermanos. Que tu sonrisa, que cautivó a Bernardita, nos cautive también a nosotros.

Para meditar con la Palabra (Mt 5, 1-15):

¿Cómo es mi búsqueda de la felicidad? ¿Es compartida?

Compromiso:

Replantearme qué actividades contribuyen a mi búsqueda.

DÍA CUARTO
Lourdes, un lugar de oración

En sus descripciones de la visión, Bernardita siempre señala a la Señora con un gran rosario en sus manos. Incluso, ella misma en la primera de las apariciones y en las siguientes, en pleno éxtasis, apela al rezo del Santo Rosario, que lleva siempre en su bolsillo y del que no se desprende nunca. Para ella es su método más preciado de oración.

La Santísima Virgen la invita con sus gestos a orar de esa manera y la acompaña en el Padre Nuestro, pasando en silencio las cuentas durante el Ave María. Bernardita lo relata con mucha elocuencia: "La joven tomó el rosario que tenía en sus manos e hizo la señal de la cruz. Yo empezaba a perder el miedo y volví a tomar mi rosario. Por segunda vez intenté santiguarme y el pánico que experimentaba comenzó a desaparecer, pude ponerme de rodillas y rezar delante de ella. La joven recorría las cuentas en sus dedos, pero no movía los labios."

Reflexión:

"La oración es un impulso del corazón, una mirada al cielo, es un grito de gratitud en la prueba y en la alegría, en resumen, es algo grande, sobrenatural, que dilata mi alma y la une a Jesús", dice Teresa de Lisieux.

En la oración nos comunicamos con Dios. De ahí que hablar de oración equivalga a hablar de la vida referida a Dios, plena y vital como una relación de amor. Cuando rezamos de verdad, entonces podemos afirmar que existimos en plenitud.

Ante cada acontecimiento importante, ante cada decisión a tomar, Jesús se pone en actitud orante. Jesús vive en ininterrumpida comunicación con el Padre. Y María comparte con Jesús los mismos sentimientos, las mismas actitudes y el mismo estilo de vida.

Oración:

Virgen Inmaculada, orante, contemplativa, compañera de los Apóstoles: gracias por darnos a entender que nunca es más grande el hombre que de rodillas, cuando reza; gracias por suscitarnos la confrontación de la propia vida a la luz del Evangelio.

Que tengamos el oído atento, como Bernardita, para descubrir cómo seguir a Jesús en cada una de nuestras tareas.

Para meditar con la Palabra (Mt 6, 5-13):

¿Cuándo y de qué forma rezaba Jesús? ¿En qué consiste mi oración?

Compromiso:

Ver cómo construir un espacio para el diálogo y la oración con el Padre.

DÍA QUINTO
Lourdes, un lugar de conversión

El miércoles 24 se produce la octava aparición, es el quinto día de la quincena maravillosa a la que Bernardita ha sido invitada a concurrir. Ella escucha atenta las indicaciones de la Señora, quien le pide que bese la tierra en señal de penitencia y ruegue por la conversión de los pecadores. Bernardita lo cuenta así: "Después de una sonrisa se entristeció y lloró otra vez por los pecadores. La visión me ha dicho: ¡Penitencia! ¡Penitencia! ¡Penitencia! Ruega a Dios por los pecadores." Después le ruega que suba de rodillas por el interior de la gruta, y bese la tierra en señal de mortificación.

A partir de ésta, comienza la fase penitencial de las apariciones. Bernardita, en cada visita a la gruta, repetirá siempre los mismos actos de penitencia. En su corazón y en su propia memoria esas palabras quedarán grabadas tan profundamente que nunca podrá borrarlas. Son, en definitiva, las que marcarán su camino.

Reflexión:

La Virgen María, atenta y preocupada por la marcha de la humanidad, no deja por un instante de recomendar que sigamos las enseñanzas de Jesús y hagamos la voluntad del Padre. Como buena madre, quiere ver siempre a sus hijos unidos; es desde este espíritu que María promueve de manera incansable la reconciliación. Muestra, además, que cree en el hombre, que apuesta a su conversión.

Y sufre cuando sus hijos se alejan. Ella ya había sufrido en el calvario junto a su Hijo, quien entregó su vida para reconciliar a la humanidad, para culminar la Nueva Alianza, y sigue sufriendo hoy por todos nosotros. Así lo refleja esta octava aparición a Bernardita.

Oración:

Virgen Inmaculada, refugio de los que somos débiles, frágiles, limitados, señálanos con ese cariño y ternura que te caracterizan cuál es el camino, para que no nos alejemos de Jesús.

Madre amorosa y atenta, llámanos al arrepentimiento y a la conversión para que podamos reconciliarnos con nuestro Padre. Nos cuesta confiar en su infinita misericordia, por eso, te pedimos que intercedas. Creemos que con tu ayuda siempre hay una forma de volver a ser nosotros mismos.

Para meditar con la Palabra (Mc 13, 33-37):

¿Creo en la misericordia de Dios? ¿Qué es lo que más me aleja de mí mismo?

Compromiso:

Tomarme un tiempo para plantearme cómo ser mejor persona.

DÍA SEXTO
Lourdes, un lugar de Fe

Desde de la primera aparición, Bernardita se siente permanentemente atraída hacia la Gruta y acude siempre a las citas con la Señora. Cada vez la acompañan más curiosos que, aunque llevados por el acontecimiento, no ven con buenos ojos las actitudes de la niña. A pesar de las burlas y persecuciones, Bernardita no se desanima y cumple lo prometido: concurrir durante quince días.

Cuando las autoridades la amenazan para que no vaya más a la Gruta, Bernardita llora pensando que ya no podrá volver a ver a la Señora. Su padre quiere consolarla y la abraza, mientras ella dice: "Papá, siento que me muero del dolor si no puedo volverla a ver." "No tengas miedo, la verás y yo mismo te acompañaré", le responde él con inmensa comprensión y amor.

Reflexión:

Esta actitud revela una confianza plena y una profunda FE: Bernardita cree desde un principio en la Madre de los creyentes.

"En la expresión feliz la que ha creído podemos encontrar como una clave que nos abre a la realidad íntima de María", dice el Papa Juan Pablo II en el documento *Redemptoris Mater*.

Feliz la que ha creído. Esta expresión inspirada por el Espíritu Santo, en el momento en que María, servicial, visita a su prima Isabel,

nos muestra en plenitud el reconocimiento de quien descubre en el otro el comportamiento que transforma la entrega total y confiada a la voluntad de Dios. Y a la vez, produce un cambio en nuestra propia vida, que trasciende más allá de nosotros mismos.

Oración:

Virgen Inmaculada, nos cuesta tanto decir sí... Te pedimos que nos ayudes a renovar nuestros corazones para imitar tu Sí, sin condicionamientos, sin peros, sin ostentaciones y lleno de Fe. Para que de ese modo, nuestro sí también transforme nuestro entorno.

Para meditar con la Palabra (Mt 7, 21-29):

¿En quién apoyo yo mi vida?

¿Cómo puedo saber si mi fe está viva?

Compromiso:

Buscar ejemplos de gente que dice sí en nuestro entorno e intentar imitarlos.

DÍA SÉPTIMO
Lourdes, un lugar de Milagros

Durante la novena aparición, Bernardita escucha con atención y alegría todo cuanto la visión le manifiesta: "Ayer la Señora se preocupó por los pecadores, es decir, los enfermos del alma. Hoy lo hará por los enfermos del cuerpo", así cuenta Bernardita esta experiencia y agrega: "La Señora me dijo: Ve a beber a la fuente y lávate."

Bernardita levanta la vista como para interrogar a la visión, porque no hay ninguna fuente por allí salvo el río Gave; aunque al instante, como habiendo comprendido, va al fondo de la gruta y toma con sus manos un poco de agua fangosa. Le da un poco de asco pero, luego de tres intentos, toma un poco y se lava la cara con ella. Del hueco de donde había escarbado comienza a brotar un tenue hilo de agua, que al poco tiempo se transforma en un manantial de agua limpia.

Reflexión:

María vino a este mundo para ayudarnos a purificar nuestro corazón. Ella es capaz del milagro siempre que nosotros estemos dispuestos a creer. Si no estamos abiertos a creer, no habrá milagro.

Lourdes es el agua de la amistad con Dios y los hermanos, Es donde brota abundante agua para purificarnos y darnos vida. Y esto queda simbolizado en esa fuente de agua de la que provinieron innumerables milagros de curaciones asombrosas, comprobados por la ciencia y reconocidos por la Iglesia, desde ese entonces hasta nuestros días.

Oración:

Virgen Inmaculada, danos la madurez de no pretender milagros sensacionalistas. Que nuestra fe crezca en el milagro del día a día, de la vida que se renueva desde la apertura interior. Y que, con el símbolo claro del agua que recibimos en nuestro Bautismo, aceptemos la vida nueva que proviene de la fe en Cristo.

Para meditar con la Palabra (Jn 4, 1-30):

¿Creo en los milagros?

¿En qué se basa mi fe?

Compromiso:

Replantearme en qué hechos concretos puedo defender el milagro más grande, la vida.

DÍA OCTAVO
Lourdes, un lugar de peregrinación

Según las autoridades del lugar, el día en que se produce la decimotercera aparición, una muchedumbre calculada en más de seiscientas personas concurre al lugar desde horas muy tempranas. Bernardita acude ese día y, como en los anteriores, con un cirio en su mano hace la señal de la cruz. Hace los gestos de siempre, besa la tierra, recorre el lugar de rodillas y comienza a rezar el Rosario. Pronto entrará en éxtasis.

Como en otras oportunidades, recibe un secreto personal y un pedido que a sus ojos le parece casi imposible de conseguir: "Dile a los sacerdotes que edifiquen aquí una capilla... y quiero que se venga en procesión."

Cuando Bernardita manifiesta este pedido a los sacerdotes, obtiene como respuesta una negativa, pues se necesitan pruebas, saber quién es esa señora, su nombre o una demostración palpable. Esto entristece a Bernardita. Ni el cura ni las autoridades le creen, ¿cómo va a hacer para que le construyan la capilla?

Reflexión:

"La Iglesia camina y va al encuentro del Señor. Pero en este camino... procede recorriendo de nuevo el itinerario realizado por la Virgen María, que avanzó en la peregrinación de Fe", nos enseña Juan Pablo II en *Redemptoris Mater*.

Ése es el llamado de la Virgen para que imitemos su actitud: avanzar en la peregrinación de fe, caminar a través de la historia por los caminos que nos marca, superar todo tipo de dificultades con una actitud llena de esperanza, buscando interpretar los signos que nos marca el tiempo que nos toca vivir; para compartir la Palabra con el hombre que camina junto a nosotros, respetando su cultura y su propio tiempo, conscientes –al igual que María– de que muchos interrogantes por el momento no podrán ser explicados ni comprendidos.

Oración:

Virgen Inmaculada, que no dejemos de caminar, de peregrinar, de avanzar buscando la construcción de un mundo lleno de amor, paz y justicia. Sé nuestro auxilio cuando sintamos cansancio y cuando nos invada la duda. Confiamos en que con tu presencia, nuestra búsqueda tendrá sentido.

Para meditar con la Palabra (Lc 1, 39-56):

¿Estoy atento a las necesidades de los demás?

¿Soy todo lo generoso que puedo?

Compromiso:

Integrar un espacio comunitario para poder compartir la fe.

DÍA NOVENO
Lourdes, un lugar donde la Virgen María se manifiesta

Es el 25 de marzo, justamente el día de la Anunciación, Bernardita se despierta muy temprano con grandes deseos de ir a la gruta y preguntarle a la Señora su nombre, a fin de cumplir con las exigencias del cura para que se construya la capilla. Ensaya una fórmula para poder preguntar sin turbaciones. Unas cuantas veces repite a solas: "Señora, ¿quiere tener la bondad de decirme quién es usted, por favor?". Y parte hacia la gruta.

Se produce la decimosexta aparición y ya frente a la Señora no se puede contener y le dice entrecortada: "Señora, ¿quiere tener la voluntad (en lugar de bondad)...?"

La aparición no hace más que sonreír. A la cuarta vez y ante la insistente inquietud de Bernardita, responde extendiendo los brazos: "Yo soy la Inmaculada Concepción", sonríe otra vez y desaparece.

Bernardita corre a contarle al cura lo que ha escuchado, lo repite constantemente durante el camino. Para ella es algo incomprensible (cuatro años antes el papa Pío IX había definido el dogma de la Inmaculada), pero está feliz porque la Señora le ha dicho su nombre y conseguirá la construcción de la capilla. Es su único anhelo: cumplir con el pedido de la Señora.

Después de este gran acontecimiento, Bernardita tendrá los dos últimos encuentros con la Virgen María. Una vez, el 7 de abril cuando

vuelve a pedirle que se construya una capilla en el lugar de las apariciones, y finalmente el 16 de julio, día de la festividad de la Virgen del Carmen. Es la despedida.

Reflexión:

Esta manifestación nos muestra el misterio de la plenitud de gracia que hay en María. Desde el primer instante de su concepción, es decir, de su existencia, pertenece a Jesús y participa de ese modo en la misión salvífica y redentora de la humanidad. Por eso, como María ha participado en todo momento llena de Dios, siempre ha compartido la vida sobrenatural de la gracia que derrama en cada uno de nosotros.

Bernardita la busca, y Ella sonríe y se revela. Bernardita nos da una clave tan sencilla como profunda: buscar.

Oración:

Virgen Inmaculada, que llevaste en el vientre a Jesús, te pedimos que nos des fuerza para superar en nosotros mismos las consecuencias de nuestras faltas contra Dios y los que nos rodean. Y que guiados por el anhelo de encontrar a Jesús nos animemos a buscarte.

Para meditar con la Palabra (Ap 12, 1-5):

¿Cuáles son las realidades que más me atormentan? ¿Cuáles son mis mayores dificultades en la relación con los demás?

Compromiso:

Discernir cómo es la libertad de los hijos de Dios.

Conclusión

El Concilio Vaticano II nos dice que "desde los tiempos más antiguos, la Santísima Virgen es venerada con el título de "Madre de Dios", a cuyo amparo los fieles suplicantes se acogen en todos sus peligros y necesidades.

Por este motivo, principalmente a partir del Concilio de Éfeso, ha crecido maravillosamente este culto del pueblo de Dios hacia María, en veneración y amor; en la invocación e imitación según las palabras proféticas de Ella misma "me llamarán bienaventurada todas las naciones..." (Lc 1,48). L.G. 66.

Entre tanto la Madre de Jesús, de la misma manera que ya glorificada en los cielos en cuerpo y alma, es la imagen y principio de la Iglesia que ha de ser consumada en el futuro siglo, así en esta tierra hasta que llegue el día del Señor (cfr. Ped 3, 10) brilla ante el Pueblo de Dios peregrinante como signo de esperanza segura y de consuelo. L.G. 68.

De María profesamos la Fe; que es la Madre de Dios, y también Madre espiritual nuestra, llena de Gracia, concebida sin pecado original, bendita y alabada entre todos las mujeres.

Ella es abogada y mediadora nuestra ante el único mediador entre Dios y los hombres: Jesús.

Por eso decimos:

"¡Oh María, sin pecado concebida, ruega por nosotros que acudimos a vos!"

Signos de Fe

Lourdes, además de proponernos un cambio sincero en nuestra vida, un llamado a la conversión de los hombres para iniciar el camino al Reino de Dios, propone también varios signos de Fe, como la oración, el agua, la luz.

La oración

Todos los encuentros de la Virgen María con Bernardita se dan en un clima de oración: la señal de la cruz, el rezo del Rosario que la Señora desgrana solamente sin pronunciar palabra: la insistencia de rezar por los pecadores. La oración entonces no es un refugio para alejarnos de nuestros deberes sino un compromiso y una fuerza para cambiar el mundo.

El agua

El agua es un sencillo y claro signo de vida y fecundidad. El agua común de todos los días ya es de por sí un prodigio de vida, un símbolo de salud y pureza. Para los cristianos es también símbolo del Bautismo y de la vida nueva en Cristo. Cuando la Virgen invita a Bernardita a beber y lavarse en el agua de la fuente, nos está invitando también a nosotros  a renovar nuestro deseo de vida nueva, a renovar nuestras promesas bautismales y aceptar a Jesús como modelo y guía.

La luz

Si bien cuando el peregrino deja una vela encendida a los pies de la Virgen, está dejando sus peticiones, agradecimientos y su corazón, para la Iglesia el verdadero significado de las velas encendidas se centra en el Cirio pascual, signo del Cristo Resucitado, que es la Luz del mundo.  También en el Bautismo recibimos esa luz con las palabras: "Recibe la luz de Cristo", y es aquí donde debemos pedir a María su ayuda para que aumente nuestra fe y podamos ser luz que ilumine al mundo.

Oraciones a la Virgen

Ave María

Dios te salve, María; llena eres de gracia; el Señor es contigo. Bendita tú eres entre todas las mujeres, y bendito es el fruto de tu vientre, Jesús. Santa María, Madre de Dios, ruega por nosotros pecadores, ahora y en la hora de nuestra muerte. *Amén.*

Salve

Dios te salve, Reina y Madre de misericordia;
vida, dulzura y esperanza nuestra; Dios te salve.
A ti llamamos los desterrados hijos de Eva;
a ti suspiramos, gimiendo y llorando, en este valle
de lágrimas.
Ea, pues, Señora, abogada nuestra.
Vuelve a nosotros esos, tus ojos misericordiosos,
y después de este destierro, muéstranos a Jesús, fruto bendito
de tu vientre.
Oh clementísima, oh piadosa, oh dulce Virgen María.
Ruega por nosotros, Santa Madre de Dios,
para que seamos dignos de alcanzar las promesas de Nuestro
Señor Jesucristo. *Amén.*

Oración inicial

Virgen Inmaculada, Madre de Jesús y Madre nuestra.

A ti vengo confiado pues sé que jamás has dejado de oír las súplicas de los débiles y afligidos hijos tuyos.

Antes quisiera ponerme y postrarme a tus pies para honrarte y venerarte humildemente con esta novena.

Al ponerme ante ti, lo hago dispuesto a aprender de tu vida las enseñanzas que continuamente me das. A ser dócil a tu mandato como en las bodas de Caná –cuando nos entregaste anticipadamente a Jesús–, diciendo a los servidores "Hagan lo que Él les diga".

También lo hago para expresarte con profunda confianza y renovada esperanza, mis angustias, mis preocupaciones, las necesidades espirituales, y materiales, tanto mías como de mis familiares y amigos; sin olvidar las de todos los hombres y mujeres del mundo, más aún de todos aquellos que están alejados de la fe, sin esperanza, y necesitan de nuestra ayuda y testimonio para lograr la conversión.

Virgen Inmaculada de Lourdes, que por tu gracia e intercesión, el Señor escuche tus ruegos a favor de todos tus hijos y eleve a Dios Padre esta humilde oración. *Amén.*

Oración final

Virgen Inmaculada de Lourdes, madre amorosa, refugio de nuestras penas y camino seguro de nuestra esperanza: he gozado en tu presencia y me quedo reconfortado.

Ayúdame a asumir plenamente la realidad de la vida que me toca vivir, sabiendo que me has escuchado y has atendido mis ruegos.

Meditando brevemente las enseñanzas que nos has dejado en tus manifestaciones a santa Bernardita –allá en la Gruta de Lourdes–, trato de mirar la vida de forma diferente.

Porque debo tomar conciencia de que es uno mismo quien debe modificar la vida, vine a solicitar tu ayuda. Con la mirada de la fe, los acontecimientos que me rodean, que no han cambiado, me resultan diferentes; y poniendo en práctica tus enseñanzas, que son las de Jesús, podré transformar al mundo con pequeños pero concretos actos de servicio y solidaridad. Así junto a mis hermanos y tomados de las manos, el Reino de Justicia, amor y paz podrá ser una hermosa realidad.

Virgen Inmaculada de Lourdes, te llevaré por donde vaya para compartir con mis hermanos la alegría de tu protección, el Amor Misericordioso de Dios Padre, las enseñanzas de Jesús y la acción vivificante del Espíritu Santo. *Amén.*

Oración a la Virgen de Lourdes

Virgen de Lourdes, María Santísima, Madre de Dios y Madre de todos los hombres.

A Ti han llegado las multitudes de toda la patria y de todas las naciones. Tú amas a cada uno de tus hijos.

Elegiste a Bernardita por su humildad y sencillez. Ella nos señala el camino que alegra al Padre. Le confiaste un mensaje, cuyo signo es la fuente de la Gruta, y el agua nos recuerda el Bautismo.

Por eso nos llamas a un cambio de vida, nos invitas a seguir a Jesús.

Vengo a Ti con todo lo que tengo, a confiarte mis preocupaciones, junto a tantos otros que también necesitan tu ayuda.

Da salud a nuestros cuerpos, y alegría a nuestros hogares.

¡Tú eres la esperanza para todos los que a Ti llegan!

Madre y Virgen de Lourdes, enséñanos a querer a tu Hijo Jesucristo, a vivir su Evangelio como Tú lo viviste, para que formemos con Él un mundo más justo.

Enséñanos a querernos unos a otros.

Así, mi familia, mi barrio, mi patria y el mundo estarán abiertos al Señor Jesús, y se irá formando el pueblo de Dios, su Iglesia.

Contigo cada día caminaremos al Padre, por el Hijo, en el Espíritu Santo. *Amén.*

Ofrecimiento a la Virgen

Bendita sea tu pureza y eternamente lo sea, pues todo un Dios se recrea en tan graciosa belleza. A ti, celestial princesa, Virgen sagrada María, yo te ofrezco en este día, alma, vida y corazón. Mírame con compasión, no me dejes, Madre mía. *Amén.*

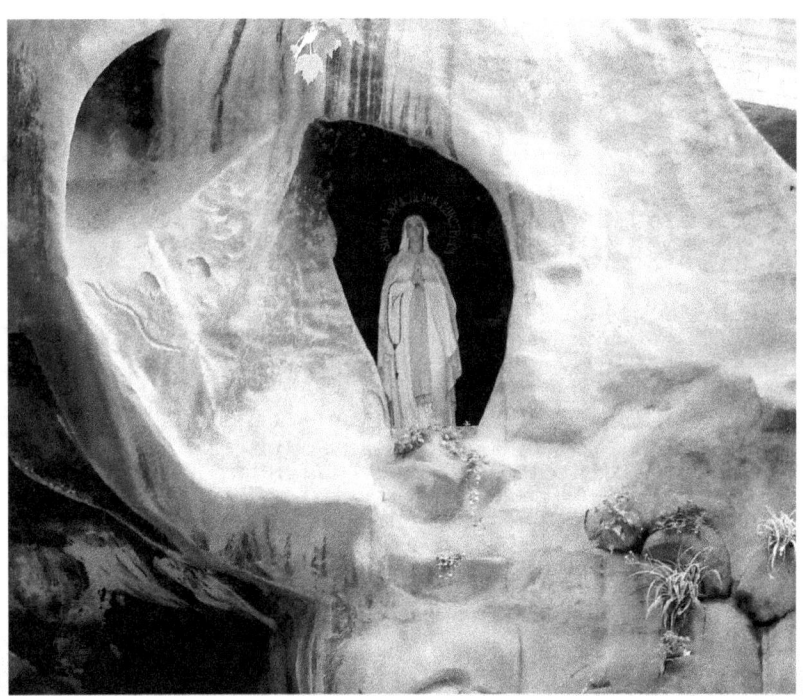

María es mi Madre

¡María es mi Madre! ¡Bajo su manto me amparo!

¡María es mi Madre!

Me pongo en sus brazos

y ella me estrecha contra su corazón;

la escucho y su palabra me instruye;

la miro y su belleza me ilumina;

la invoco ante su imagen y su bondad me atiende.

¡María es mi Madre!

Si estoy débil, me sostiene; si enfermo, me sana; si muerto por el pecado, me lleva a la vida de la gracia.

¡María es mi Madre!

En la lucha diaria me socorre,

en la tentación me auxilia, en la angustia me consuela,

en el trabajo me sostiene, en la agonía me acompaña.

¡María es mi Madre!

Cuando camino en la vida, a Jesús me conduce,

cuando lloro mis culpas, ella me alienta;

cuando le pido favores, siempre me escucha.

¡María es mi Madre!
En la vida diaria, anima mi esperanza
y en la muerte
experimento la cercanía de su amor.

¡María es mi Madre!

¡Qué buena es María!
¡María es mi Madre!
Amén.

Acuérdate de mí

Madre mía, dulce Virgen de Lourdes,
acuérdate de mí.
Cuando ruegue frente a tu imagen,
cuando con el pensamiento
o físicamente
me transporte a tu Santuario,
Madre mía de Lourdes
acuérdate de mí.

Tú que no abandonas jamás al que te invoca,
consuelo de los afligidos,
protectora especial de los que sufren,
Madre mía de Lourdes
acuérdate de mí.
Fuente inagotable de bondad,
cuando sediento me dirija a Ti
para encontrarme con Dios,
Madre mía de Lourdes
acuérdate de mí.

Aquí vengo a pedirte
por la Iglesia y por mi Patria,
por todos los hombres, mis hermanos
que están alejados de Dios por el pecado,
y por todos mis seres queridos,

Madre mía de Lourdes
acuérdate de mí.

Aquí vengo a decirte mis dolores,
a confiarte mis penas
y las de todos los que sufren.
Aquí vengo a rogarte
por mis parientes y amigos
que ya partieron hacia Dios,
Madre mía de Lourdes
acuérdate de mí.

En la hora de mi muerte
al momento de partir
a la Casa del Padre,
Tú que eres mi esperanza,
Madre mía de Lourdes
acuérdate de mí.

Madre Inmaculada,
que un día, junto a ti en el cielo,
pueda alabar y bendecir al Señor
por toda la eternidad,
Madre mía de Lourdes
acuérdate de mí. *Amén.*

Oración a Santa Bernardita

Bernardita de Lourdes, joven humilde y sencilla, fuiste elegida por predilección divina para contemplar a la Madre de Dios, recibir su mensaje de conversión y entregarlo a los hombres de nuestro tiempo.

Tú, que acudiste presurosa al encuentro de la Virgen, préstanos tus pies ágiles para llegar hasta Jesús recorriendo el mismo camino que te enseñó María.

Tú, que con tu rosario alabaste a la Virgen Santa, préstanos tus labios candorosos para dialogar con Cristo, contarle nuestros problemas y compartir las esperanzas de nuestros hermanos.

Tú, que en un cielo anticipado contemplaste extasiada a María Inmaculada, préstanos tus ojos límpidos para admirarla en sus grandeza, y ser como ella, humilde servidora del Señor.

Tú, que recibiste una promesa de felicidad, no en este mundo sino en el otro, danos un corazón sencillo y generosos para cumplir siempre nuestro deber.

Así, amando cada día más al Señor, y reconociéndolo presente en nuestros hermanos, merezcamos contemplar contigo en el Cielo al Padre, al Hijo y al Espíritu Santo. *Amén.*

El rezo del Rosario

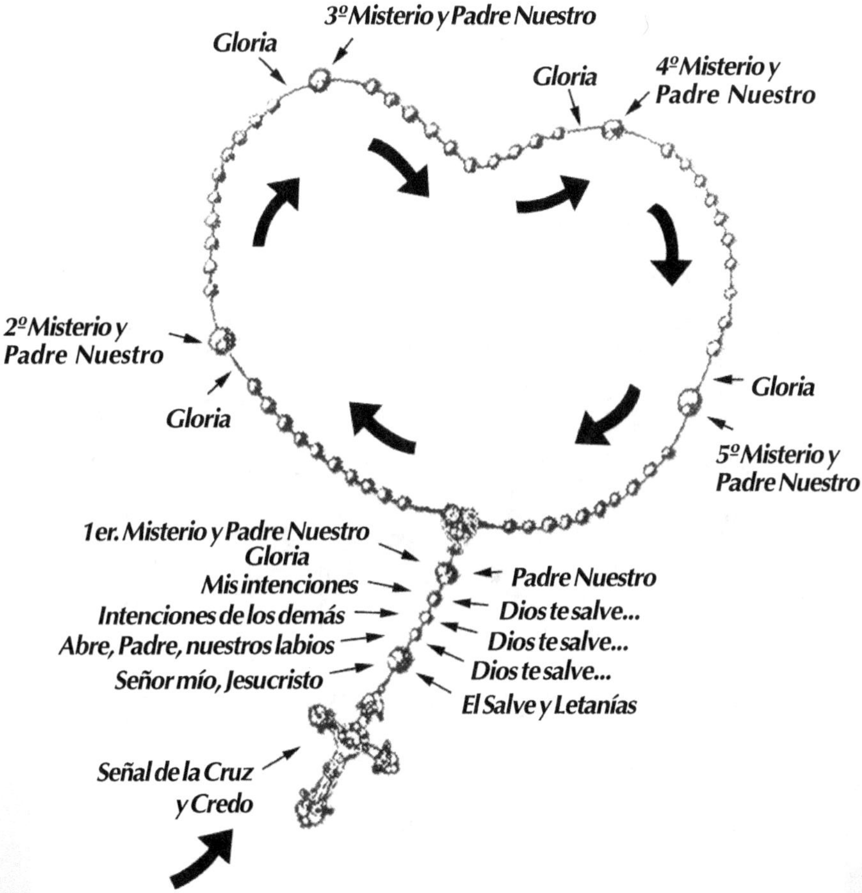

Misterios del Rosario

- **Gozosos:** se rezan los días lunes y sábado, y en tiempos de Adviento y Navidad.

1. La Encarnación del Hijo de Dios.
2. La visita de Santa María a su prima Santa Isabel.
3. El nacimiento de Jesús en Belén.
4. La presentación del Niño en el templo.
5. El Niño Jesús perdido y hallado en el templo.

- **Luminosos:** se rezan los días jueves, y en tiempo Ordinario y Fiestas del Señor.

1. El Bautismo de Jesús en el Jordán.
2. Jesús se manifiesta en las Bodas de Caná.
3. El anuncio del Reino de Dios invita a la conversión.
4. La Transfiguración de Jesús.
5. Jesús instituye la Eucaristía.

- **Dolorosos:** se rezan los días martes, y en tiempos de Cuaresma y Semana Santa; también por los difuntos.
1. La oración de Jesús en el Huerto de los Olivos.
2. La flagelación del Señor.
3. La coronación de espinas.
4. Jesús con la cruz a cuestas camino del Calvario.
5. Crucifixión y muerte de Jesús.

- **Gloriosos:** se rezan los días miércoles y domingos, y en tiempo de Pascua y Fiestas de la Santísima Virgen.
1. La Resurrección del Señor.
2. La Ascensión al cielo.
3. La venida del Espíritu Santo sobre la Santísima Virgen y los apóstoles.
4. La Asunción de la Virgen María a los cielos.
5. La coronación de Santa María como Reina y Señora de todo lo creado.

Los Quince sábados o las Quince visitas al Santuario

La Virgen Inmaculada de Lourdes pidió a Bernardita como gracia, que viniera a visitarla durante quince días consecutivos en la Gruta y recompensó con celestiales favores la perseverante obediencia de la niña. Con razón puede decirse que esas visitas repetidas a su imagen, a la gruta, a su santuario pueden agradar a María.

Hay testimonios permanentes de que por medio de esta devoción, muchas personas recibieron de la Madre del Cielo importantes favores.

Ejercicio Piadoso para los Quince Sábados

Por la señal…

Santísima Virgen de Lourdes, Hija dignísima del Padre, Madre purísima del Hijo, sacratísima Esposa del Espíritu Santo, templo y hermoso Sagrario de la Trinidad: Señora, porque sé la alegría que experimentas cuando los pecadores se arrepienten de sus culpas, te digo que me pesa el haber ofendido a Dios y sólo por ser quien es; espero que me ha de recibir en su gracia, me propongo firmemente evitar las ocasiones de pecado, me comprometo a confesar mis faltas, y con el auxilio tuyo no dudo en conseguirlo. Para alcanzar este favor, te presento mi pobre obsequio, unido con la Sangre de Jesús y tus merecimientos; así será agradable al Padre Bueno.

Te ruego que se lo presentes, para que por el amor que tiene a su Hijo Jesucristo, Nuestro Señor, me mire con ojos de piedad y misericordia. *Amén.*

Oración

Santísima Virgen de Lourdes, Madre de Nuestro Señor Jesucristo y Señora del mundo, que a nadie desamparas ni desechas, mírame con ojos de piedad y alcánzame de tu Hijo perdón de mis pecados, para que con devoto afecto celebre tu inmaculada Concepción en tu milagrosa imagen de Lourdes, y reciba después el premio de la bienaventuranza del mismo de quien eres Madre, Jesucristo, Nuestro Señor, que con el Padre y el Espíritu Santo vive y reina por los siglos de los siglos. *Amén*.

¡Oh, Señora de Lourdes! Que amas particularmente el privilegio de tu Inmaculada Concepción, pues éste fue el título con el que te distes a conocer a Bernardita en la Gruta milagrosa, concédeme la gracia de de honrar este singular privilegio; principalmente con gran pureza de conciencia y ejercicio de las demás virtudes.

Te ruego me obtengas la paz del alma, la salud del cuerpo, y la gracia de emplearla, sólo en tu servicio y en el de tu Divino Hijo.

Tres Ave María

¡Oh, Señora Nuestra! Virgen pura e Inmaculada, concédeme la virtud de la justicia y la gracia de recurrir a Vos en mis dificultades.

Tres Ave María

¡Oh, Madre mía! Te pido me des un amor ardiente y una devoción grande hacia Vos. Inspírame lo que deseas que haga para honrarte y alcanzarme la gracia de serte fiel hasta el fin de mi vida.

Tres Ave María

Enseguida se rezan:

Tres Padre Nuestro, Tres Ave María y Tres Gloria; con las invocaciones:

- Nuestra Señora de Lourdes, *ruega por nosotros.*
- Refugio de los pecadores, *ruega por nosotros*
- Salud de los enfermos, *ruega por nosotros.*

Oración

¡Oh Dios! que por la Inmaculada Virgen María preparaste a tu Divino Hijo una digna morada, preservándola de toda mancha por los méritos de la Pasión de ese Hijo; Vos que has querido escoger la Gruta de Lourdes para hacer honrar allí especialmente ese privilegio de su Madre y demostrar la eficacia de sus ruegos, dígnate purificarnos de nuestras manchas y hacernos llegar a tu Reino por los méritos de su intercesión. Por el mismo Jesucristo nuestro Señor. *Amén.*

Oración

¡Oh Nuestra Señora de Lourdes!, que gozas en el cielo de gran poder y que me amas verdaderamente como a un hijo, concédeme, te ruego, todas las gracias necesarias para mi santificación. Alcánzame sobre todo la gracia de la penitencia, a fin de que sepa llevar mis sufrimientos y por tu poderosa intercesión pueda alcanzar el restablecimiento de mi salud. Así sea.

Tres Ave María

¡Oh Nuestra Señora de Lourdes!, que amas particularmente el privilegio de tu Inmaculada Concepción, pues éste fue el título con que te hiciste conocer a Bernardita en la Gruta Milagrosa, te ruego todas las gracias necesarias para mi conversión. Alcánzame sobre todo la gracia de la paz espiritual y por tu poderosa intercesión pueda alcanza la paz y armonía en nuestro hogar. Así sea.

Tres Ave María

¡Oh Nuestra Señora de Lourdes!, que en tu vida mortal tuviste tanto que sufrir y lo hiciste con gran paciencia, concédeme esa virtud en mis penas. Las ofrezco a Dios por las necesidades de mis hermanos y las de la Iglesia. Nuestra Señora de Lourdes, te ruego me concedas la salud, si este favor no me fuera perjudicial para mi salvación eterna. Así sea.

Tres Ave María

¡Oh Nuestra Señora de Lourdes!, que en medio de los más grandes sufrimientos, conservaste una perfecta conformidad con la voluntad

del Padre, te pido me obtengas esa virtud. Nuestra Señora de Lourdes, haz que sepa aceptar todas las pruebas de la vida y concédeme mi curación, si es para gloria de Dios. Así sea.

Tres Ave María

Oración

El Acordaos *(san Bernardo)*

Acuérdate oh piadosísima Virgen María, que nunca se ha oído decir que cuantos han recurrido a tu protección, implorando tu misericordia y pidiendo tu auxilio, hayan sido abandonados. Animado con esta confianza, oh Virgen Madre de las vírgenes; corro y vengo a ti gimiendo bajo el peso de mis pecados, me postro a vuestros pies, ¡Oh Madre del Verbo!, no desatiendas mis oraciones; antes bien, escúchalas favorablemente y dígnate acceder a ellas, Virgen Gloriosa y Bendita. *Amén.*

Se terminó de imprimir en julio de 2009
en Talleres Gráficos Valdéz.
Tirada: 900 ejemplares.

www.ingramcontent.com/pod-product-compliance
Lightning Source LLC
LaVergne TN
LVHW012052070526
838201LV00082B/4121